कमी खर्चाचे फायदेशीर
चारा उत्पादन तंत्र

हायड्रोपोनिक

डॉ. एस. पी. गायकवाड

सकाळ प्रकाशन

सकाळ प्रकाशन

Kami Kharchache Fayadeshir Chara Utpadan Tantra - Hydroponic

कमी खर्चाचे फायदेशीर चारा उत्पादन तंत्र

हायड्रोपोनिक

लेखक : **डॉ. एस. पी. गायकवाड**
रो हाऊस नं. १०, स्वामी विवेकानंद रो हाऊसेस,
स्वामी विवेकानंद नगर, फलटण, जि. सातारा - ४१५५२३
ई-मेल : drspg2007@gmail.com

पहिली आवृत्ती : डिसेंबर २०१५

दुसरी आवृत्ती : जानेवारी २०१७

तिसरी आवृत्ती : मार्च २०१८

मुखपृष्ठ : आर्ट ॲडव्हर्टायझिंग, पुणे

ISBN : 978-93-84316-86-0

संपर्क : ०२०-२४४० ५६७८ / ८८८८८ ४९०५०
sakalprakashan@esakal.com

शेतकरी हितास प्राधान्य देणारे,
नावीन्यपूर्ण कामकाजास प्रोत्साहन देणारे
गोविंद डेअरीचे प्रभावी व्यवस्थापन;
या योजनेची व्यवस्थित कार्यवाही करणारे,
त्या योजनांचा मनापासून प्रसार करणारे
पशुसेवा विभागाचे कर्मचारी, आणि
नवनवीन प्रयोग करण्यास
कायम तयार असणारे
माझे शेतकरी बांधव
या सर्वांना...

मनोगत

डॉ. शांताराम पांडुरंग गायकवाड
बी.व्ही.एस.सी. ॲण्ड ए.एच.

'कमी खर्चाचे चारा उत्पादन तंत्र हायड्रोपोनिक' या पुस्तकाची दुसरी आवृत्ती वर्षभरातच वाचकांच्या हाती देताना आनंद होत आहे. ज्या उद्देशांनी हे पुस्तक लिहिले, ते तर साध्य झालेच; शिवाय त्यात अनेक बाबींची भरही पडली, याचा विशेष आनंद आहे. वर्षभराच्या या काळात आम्ही हायड्रोपोनिक तंत्र युनिट निर्मितीमध्ये आणखी काही प्रयोग केले, सुधारणा केल्या; त्याची माहिती या दुसऱ्या आवृत्तीमध्ये समाविष्ट केली आहे.

दुग्धव्यवसाय करत असताना आज शेतकऱ्यास चांगले आधुनिक तंत्रज्ञान आवश्यक आहे. अडचण एकच आहे, की ते त्यांच्या भाषेत हवे; तसेच कमी खर्चात, त्यांच्याकडे उपलब्ध असणाऱ्या साधनसामग्रीतून उभे राहणारेही हवे. आधुनिक तंत्रज्ञानाचा अवलंब करण्याबाबत आपण शेतकऱ्यास विचारले तर आपल्याला एकच उत्तर मिळते, की 'हे तंत्रज्ञान आम्हांस फारच उपयुक्त आहे; परंतु आमच्याकडे यासाठी भांडवल नाही; कमी खर्चात असते तर आम्ही केले असते.' आधुनिक तंत्रज्ञानाचा स्वीकार करून पुढे जाण्याची आवश्यकता गावातल्या अगदी सर्वसामान्य शेतकऱ्यालासुद्धा वाटते; परंतु त्याला जाणवणारी मुख्य अडचण आहे भांडवलाची.

यासाठी शेतकऱ्यांना कमी खर्चात आधुनिक तंत्रज्ञान मिळवून देणे आवश्यक असून ते त्यांच्याकडे उपलब्ध असणाऱ्या साधनसामग्रीत अंगीकारता येईल असेच हवे. शेतकऱ्यांच्या प्रगतीसाठी अशी संकल्पना राबवणे आज अत्यंत आवश्यक आहे. हीच संकल्पना या पुस्तकात मांडण्याचा प्रयत्न केला आहे. आपणाकडे असणाऱ्या साधनसामग्रीत आपण हायड्रोपोनिक चारा यंत्र तयार केले पाहिजे; असे करताना त्यातील तंत्र आत्मसात करून, पुढे वातावरणानुसार बदल करून ते कायमस्वरूपी चालवण्याचे काम हे सर्वसाम

ान्य खेड्यातील आपल्या शेतकऱ्यास जमले पाहिजे, ही या पुस्तकामागची भूमिका होती.

कमी खर्चात हायड्रोपोनिक यंत्राची संकल्पना गोविंद डेअरीमार्फत रुजवत असताना, सुरुवातीच्या काळात बऱ्याच मंडळींनी स्वत: हायड्रोपोनिक युनिट चालू करून विकण्याचा सपाटा लावला. परंतु या तंत्राची व्यवस्थितपणे माहिती न घेतल्याने अशी बरीच युनिट आज बुरशी येण्यासारख्या इतर अनेक अडचणींमुळे बंद आहेत. प्रस्तुत पुस्तकात या तंत्रज्ञानाबाबत सखोल चर्चा केली आहे, त्याबरोबरीने वातावरणानुसार तंत्रांमधे कोणते बदल करावेत, युनिटसाठी वापरल्या जाणाऱ्या साधनांची तंत्रशुद्धता याविषयीही मार्गदर्शन आहे. यामुळे शेतकरी आपल्या हायड्रोपोनिक चारा युनिटमधे वर्षभर चंगल्या गुणवत्तेचा चारा तयार करू शकतात.

बऱ्याच शेतकऱ्यांनी फोन, मेल व प्रत्यक्ष भेटून दिलेल्या चांगल्या प्रतिसादामुळे हे पुस्तक लिहिण्यामागचा उद्देश सफल झाल्यासारखे वाटते. काही शेतकऱ्यांकडे भांडवल नसताना, अगदी २ हजार , ४ हजाराइतक्या कमी भांडवलातही, उपलब्ध साधनसामग्रीत युनिट तयार केले आहे. अगदी दुष्काळात, कमी पाऊस, कमी साधने असतानाही आपल्या जनावरांना हिरवा चारा उपलब्ध करून दिला आहे आणि आपल्या संसाराचा गाडा चालवण्यासाठी हातभार लावला आहे. या तंत्रामुळे शेतकऱ्यांचे लाखो रुपये वाचत असून जनावरांनाही चांगल्या गुणवत्तेचा चारा अवघड परिस्थितीतसुद्धा मिळत आहे, हे फार महत्त्वाचे आहे.

महाराष्ट्राबाहेरील बऱ्याच राज्यांतील शेतकरीही आमच्या हायड्रोपोनिक युनिटना भेट देऊन जात असत. हे तंत्रज्ञान बऱ्याच बाहेरच्या राज्यांतील शेतकऱ्यांनासुद्धा अवलंबायचे होते; मात्र, त्यांना ही माहिती त्यांच्या भाषेत उपलब्ध नव्हती. सकाळ प्रकाशनाने आता 'कम लागत की चारा उत्पादन तकनिक हायड्रोपोनिक' या पुस्तकाच्या रूपात हिंदीतही उपलब्ध केल्याने भारतभरातील असंख्य शेतकऱ्यांना हे तंत्रज्ञान राष्ट्रभाषेतून उपलब्ध झाले आहे. इतर राज्यांतील शेतकरी हे पुस्तक वाचून अगदी कमी खर्चात, स्वत:कडील साधनसामग्रीचा वापर करून, स्वत:च्या तंत्रज्ञानाने आपले स्वत:चे हायड्रोपोनिक चारा युनिट तयार करतील अशी खात्री वाटते.

हायड्रोपोनिक तंत्रज्ञानाचे हे सर्व प्रयोग राबवण्यामध्ये, त्याच्या यशामध्ये गोविंद डेअरीचे व्यवस्थापन, माझे कुटुंबीय आणि मित्र या सर्वांचेच मोठे सहकार्य आहे. त्याचप्रमाणे हे पुस्तक प्रत्यक्षात येण्यासाठी आणि शेकडो वाचकांपर्यंत ते पोहोचवण्यासाठी 'सकाळ प्रकाशन' तसेच एकूण सकाळ माध्यम समूह यांचा मोठा वाटा आहे. या सर्वांचेच मनापासून आभार.

पहिल्या आवृत्तीप्रमाणेच दुसऱ्या आवृत्तीचाही शेतकऱ्यांनी लाभ घ्यावा; आपले स्वत:चे हायड्रोपोनिक चारा निर्मिती युनिट चालू करून, आपला फायदा करून, आपली प्रगती साधावी हीच इच्छा.

- डॉ. शांताराम गायकवाड
गोविंद डेअरी, फलटण

अनुक्रमणिका

विषय प्रवेश

माती हे वनस्पतीच्या वाढीसाठी आवश्यक माध्यम आहे. यामधून वनस्पतीच्या आरोग्यवर्धक वाढीसाठी आवश्यक असणारी वेगवेगळ्या प्रकारची अन्नद्रव्ये, पाणी व हवा यांचा पुरवठा होत असतो. वनस्पतीची मुळे ही मातीमध्ये वनस्पतीस घट्ट पकडून ठेवून चांगला आधार देतात. बऱ्याच प्रसंगी मातीमध्ये चारा लागवड करण्यासाठी वातावरण, पावसाचे प्रमाण, मातीची गुणवत्ता, कीड-रोगांचे प्रादुर्भाव इत्यादी कारणांमुळे चारा उत्पादनावर मर्यादा येतात.

एकसारख्या पीक पद्धतीमुळे मातीचा पोत घसरत चालला असून नैसर्गिकरीत्या जमिनीचा पोत सुधारण्यासाठी आवश्यक असणाऱ्या जीवाणूंची संख्या दिवसेंदिवस कमी होत आहे. पूर्वी गार्यीच्या शेणातून मिळणारे व जमिनीत असणारे असंख्य उपयुक्त जीवाणू हे हवेतील नायट्रोजन व उपलब्ध जैविक भाराचे रूपांतर सेंद्रिय कर्ब व आवश्यक अन्नघटक - जे वनस्पतींच्या आरोग्यपूर्ण वाढीसाठी आवश्यक असतात - ते वाढवण्याचे काम करत होते. मात्र, आता सेंद्रिय खतांचा वापर कमी होऊन रासायनिक खते व बुरशीनाशकांचा प्रचंड वापर होत असल्याने जमिनीतील उपलब्ध जीवाणूंची संख्या झपाट्याने कमी होत आहे. अशा जमिनी जास्तीत जास्त चोपन व क्षारयुक्त होत असून त्यांची पाणी ग्रहण करण्याची क्षमता कमी होत असून भूगर्भातील पाण्याची पातळीही कमी होत आहे. अशा जमिनीची पाण्याचा ताण सहन करण्याची क्षमता कमी कमी होत आहे

दुसरीकडे पावसाचे प्रमाणही अनियमित व कमी होत चालले आहे. या सर्व कारणांमुळे

उत्पादकता व गुणवत्ता घटत चालली आहे. याशिवाय वाढत्या शहरीकरणामुळे शेतीसाठी उपलब्ध जमीन कमी होत आहे. उपलब्ध जमिनीमध्ये रासायनिक खतांचा अतिरेक व योग्य वापर न झाल्याने दिवसेंदिवस उत्पन्न वाढण्याऐवजी कमी होत चालले आहे. तसेच उत्पन्न होणाऱ्या चाऱ्याची पौष्टिकता कमी होत चालली आहे. यामुळे दूध उत्पादन वाढवण्यासाठी किंवा आहे ते नियंत्रित करण्यासाठी कमी पडणाऱ्या अन्नघटकांची पूर्तता करण्यासाठी पशुखाद्याचा आधार घेतला जात आहे. परंतु दिवसेंदिवस पशुखाद्याचा खर्चही वाढत चालला असून दुधाचे दरही कमीजास्त होत आहेत. त्यामुळे सर्वसामान्य शेतकऱ्यांना, दूध उत्पादकांना हा व्यवसाय आता न परवडण्यासारखा झाला आहे असे म्हटल्यास वावगे ठरणार नाही. जनावराचे पोट हे चाऱ्यासाठी तयार झाले आहे हे लक्षात ठेवून आपण चांगल्या गुणवत्तेचा चारा जनावरास उपलब्ध करून दिला पाहिजे. त्यासाठी आपणास कमी प्रमाणात अन्नपूरके व पशुखाद्याचा वापर जनावराच्या आहारात करावा लागेल. दिवसेंदिवस जमिनीचा पोतही घसरत चालला आहे. त्यामुळे 'आडातच नाही तर पोहोऱ्यात कुठून येणार' असे म्हणण्याची आज वेळ आली आहे. याउलट हायड्रोपोनिक चाऱ्यामध्ये बरेच असे आवश्यक अन्नघटक असून त्यामुळे जनावराने खाल्लेल्या इतर अन्नघटकांचेही पचन चांगल्या प्रकारे होते. याप्रमाणे हायड्रोपोनिक पद्धतीने आपल्याला कमी जागेत, कमी श्रमात चारा तयार तर करता येईलच; परंतु यामुळे आहारावरील खर्च कमी करून एकंदरीत दूध उत्पादनावरील खर्च आपणास कमी करता येणे शक्य होणार आहे.

पारंपरिक शेती पद्धतीनुसार शेतमालाचे उत्पादन घेण्यासाठी जास्त जागा लागते. पावसाचे प्रमाणही पूर्वीसारखे भरवशाचे राहिले नाही. वाढत्या औद्योगिकीकरणामुळे शेतीसाठी मजूर मिळणेही दुरापास्त झाले आहे. तसेच दिवसेंदिवस विभक्त कुटुंब पद्धतीमुळे अल्पभूधारक शेतकऱ्यांची संख्या वाढत आहे. त्यामुळे असे शेतकरी चारा पिकाचे उत्पादन घेण्यास जास्त उत्सुक नसतात. अशा ठिकाणी हायड्रोपोनिक पद्धतीने चारा उत्पादन घेणे हा पारंपरिक चारा उत्पादन पद्धतीस एक चांगला पर्याय असणार आहे.

प्रगत तंत्रज्ञान म्हटले की सर्वसामान्यपणे ते जास्त खर्चीक व सर्वसामान्य शेतकऱ्यास वापरणे परवडत नाही असे असते, असा समज आहे. त्यामुळे असे तंत्रज्ञान तळागाळातील शेतकऱ्यांपर्यंत पोहोचत नाही. या पुस्तकात अशाच एका यशस्वी अत्याधुनिक तंत्रज्ञानाची म्हणजे हायड्रोपोनिक चारा उत्पादनाची पद्धत ही सोप्या भाषेत मांडली आहे. आपल्याकडे उपलब्ध वातावरणात व साधनसामग्रीमध्ये आपण हायड्रोपोनिक पद्धतीने चांगले चारा उत्पादन घेऊ शकतो, हे अनेक शेतकऱ्यांनी त्यांच्या गोशाळेत केलेल्या हायड्रोपोनिक चारा उत्पादनतंत्राच्या वापरातून दिसून आले आहे. पुस्तकात त्याचे वर्णन केले आहे. यात एका जनावरापासून ते १०० जनावरांपर्यंत संख्या असणाऱ्या गोशाळांचा समावेश आहे. यातील प्रत्येक शेतकऱ्याने हे तंत्र लक्षात घेऊन त्याच्या स्वतःच्या पद्धतीने हायड्रोपोनिक पद्धतीने चारा उत्पादन घेतले आहे.

आज आपण जास्त खर्चीक हायड्रोपोनिक चारा उत्पादन युनिटला फाटा देऊन हे साधे आणि सोपे युनिट तयार करून त्यात चारा उत्पादन घेत आहोत. बरेच शेतकरी याबाबत अपूर्ण माहिती घेतात व त्यामुळे त्यांना हे चारा उत्पादन घेताना येणाऱ्या अडचणींना तोंड देता येत नाही. परिणामी, हायड्रोपोनिक चारा उत्पादन पद्धत आपल्याकडे चालत नाही, असा अपप्रचार होण्याची शक्यता असते. त्यामुळे आपल्याकडे असणाऱ्या बऱ्याच आधुनिक तंत्रज्ञानांचा पाहिजे तसा प्रसार होत नाही. हायड्रोपोनिक चारा उत्पादन घेणाऱ्या शेतकऱ्यांना योग्य व अचूक माहिती मिळावी, त्यांनी धाडसाने हायड्रोपोनिक चारा उत्पादन चांगल्या प्रकारे घ्यावे; तसेच त्याचा त्यांना चांगला फायदा व्हावा आणि इतरांनाही फायदा होण्यासाठी या तंत्रज्ञानाचा त्यांना योग्य पद्धतीने प्रसारही करता यावा, म्हणून हे पुस्तक लिहिण्याचा खटाटोप केला आहे.

हायड्रोपोनिक चारा उत्पादन तंत्रज्ञानामध्ये बियाणांची अंकुरण क्षमता, तापमान नियंत्रण, आर्द्रता नियंत्रण, पाणी व्यवस्थापन व सूर्यप्रकाशाच्या तीव्रतेवर नियंत्रण या पंचसूत्रीवर लक्ष केंद्रित करावे लागते. या पंचसूत्रीमध्ये कौशल्य हस्तगत केल्यास हायड्रोपोनिक चारा उत्पादनातील महत्त्वाचा भाग आपणास समजला, असे म्हणता येईल. या सर्व गोष्टींवर नियंत्रण आणण्यासाठी आपल्याकडे असणाऱ्या विविध साधनसामग्रीचा वापर करून आपण आपले स्वतःचे कमी खर्चाचे जास्त उत्पादन देणारे हायड्रोपोनिक चारा युनिट तयार करू शकतो, असा आत्मविश्वास बाळगण्यास हरकत नाही.

गोविंद डेअरीच्या माध्यमातून फलटणमधील शेकडो शेतकऱ्यांनी असा आत्मविश्वास बाळगून हायड्रोपोनिक पद्धतीने चारा उत्पादन घेऊन दूध उत्पादन वाढवले आहे. आज महाराष्ट्रातील व बाहेरील राज्यांतील हजारो शेतकऱ्यांनी केलेल्या प्रगतीची माहिती घेऊन त्यांनीही या पद्धतीचे तंत्रज्ञान वापरण्यास सुरुवात केली आहे. फलटणमधील अनेक शेतकरी-ज्यांचा हायड्रोपोनिक चारा उत्पादनात हातखंडा आहे- ते आता राज्यात तसेच राज्याबाहेर जाऊन या हायड्रोपोनिक चारा उत्पादनातील सल्लागार म्हणून इतर शेतकऱ्यांना मार्गदर्शन करत आहेत. या शेतकऱ्यांबरोबर २ ते ३ वर्षे सतत काम करून बदलत्या ऋतुमानानुसार हायड्रोपोनिक चारा युनिटमध्ये कसा बदल करावयाचा व येणाऱ्या अडचणींवर उपलब्ध साधनसामग्रीचा वापर करून कशा प्रकारे मात करायची, याची खातरजमा केल्यामुळेच हे कमी खर्चात अधिक चारा उत्पादन देणारे तंत्रज्ञान लोकप्रिय होत आहे.

हायड्रोपोनिक चारा उत्पादन तंत्रज्ञानातील महत्त्वाचे तंत्र लक्षात घेऊन, आपल्याकडील उपलब्ध साधनसामग्रीत आपले स्वतः चे हायड्रोपोनिक चारा उत्पादन युनिट तयार करण्यावर आपण भर दिला पाहिजे. तसेच यातील बियाणे, तापमान, आर्द्रता, तापमान, पाणी व्यवस्थापन व रोगनियंत्रणाची प्राथमिक माहिती घेऊन आपल्याकडील वातावरणात यातील कोणते घटक किती महत्त्वाचे आहेत व त्यांचे नियंत्रण आपल्याला कशा पद्धतीने करता येईल, याचाही सर्वंकष अभ्यास आपणास करावा लागेल. उदाहरणार्थ, फलटण परिसरात उन्हाळ्यातील

तापमान ४२ अंश सेल्सिअसच्या पुढे जाते, त्यामुळे आर्द्रता व तापमान नियंत्रणासाठी एक किंवा दोन तासांतून दोन ते चार मिनिटे पाणी देणे आवश्यक असते. तेच फलटणच्या पश्चिमेला असणाऱ्या एखाद्या भागात की जेथे तापमान ४० अंश सेल्सिअसच्या पुढे जात नाही, तेथे ही पाणी देण्याची अशीच्या अशीच पद्धत उपयोगात आणण्याची गरज नाही. अशा भागात आपणांस २ ते ४ तासांतून २ ते ४ मिनिटे असे पाण्याचे नियोजन करावे लागेल.

म्हणून हायड्रोपोनिक चारा उत्पादनातील संपूर्ण तंत्र लक्षात घेऊन आपण वाटचाल केल्यास त्यात अडचण निर्माण न होता नक्कीच प्रगतीकडे वाटचाल करता येईल, असे वाटते. तसेच आपणास अशा प्रकारचे इतरही तंत्रज्ञान कमी खर्चात आपल्या पद्धतीने करण्याची आवड निर्माण होईल. आज फलटणमध्ये कमी खर्चातील मुक्तसंचार गोठा, मुरघास पद्धत, अझोला उत्पादन पद्धत, कमी खर्चाचा तापमान नियंत्रक, पशुखाद्य उत्पादन पद्धत, मोड आलेली धान्य खाऊ घालण्याची पद्धत, सेंद्रिय खत निर्मितीसारखे अनेक प्रयोग पाहावयास मिळतील. वरील सर्व कमी खर्चातील पद्धतीचा अवलंब केल्याने आणि ते प्रयोग पाहावयास येणाऱ्या शेतकऱ्यांच्या संख्येमुळे फलटण हे कमी खर्चातील आधुनिक गोशाला व्यवस्थापन पद्धतीचे पर्यटन केंद्र झाले आहे, असे म्हणणे वावगे ठरणार नाही.

●

१

पशुपालनासाठी हिरव्या चाऱ्याची गरज

एकूण दूध उत्पादन खर्चापैकी ७० टक्के खर्च हा आहारावर होत असतो. कमी खर्चात योग्य आहार देणे फार महत्त्वाचे आहे. आहारामध्ये हिरवा चारा, सुका चारा व पशुआहार यांचा समतोल साधणे आवश्यक आहे. जमिनीचा पोत घसरत चालल्याने जो काही हिरवा चारा जनावरांसाठी आज आपण उपलब्ध करतो, त्यातील महत्त्वाच्या अन्नघटकांचे प्रमाणही कमी होत चालले आहे. आपणास आज वाढीव दूध उत्पादनाचे उद्दिष्ट गाठण्यासाठी पशुखाद्याचा मोठा आधार घ्यावा लागत असून येणाऱ्या स्पर्धात्मक दिवसात असा व्यवसाय जास्त परवडेल असे वाटत नाही.

जनावरांच्या पोटाची रचना आपण पाहिली तर ती चारा पचवण्यासाठी जास्त सक्षम आहे. त्यामुळे आपण जनावरांना सकस हिरवा चारा दिला पाहिजे. आपण जर आज हिरवा चारा उपलब्धतेचा विचार केला तर १,०९७ दशलक्ष टन इतक्या चाऱ्याची आवश्यकता असून प्रत्यक्षात मात्र ४००.६ दशलक्ष टन इतकाच हिरवा चारा आज जनावरांना उपलब्ध होत आहे. ६९६ मिलियन टन म्हणजे ६३% हिरव्या चाऱ्याची मागणी असूनही तो उपलब्ध होत नाही. तर मग आपण प्रति जनावर उत्पादनवाढीचे पुढील ध्येय कसे साध्य करणार, हा एक यक्ष प्रश्न आहे. त्यातच आज वाढीव लोकसंख्येमुळे उपलब्ध शेतजमिनीवर अन्नधान्य उत्पादनाचा ताण असून हिरवा चारा जनावरांना उपलब्ध करण्यावर मर्यादा येत आहेत.

२०२०पर्यंत हीच हिरव्या चाऱ्याची मागणी १,१३४ दशलक्ष टनांवर पोहोचेल, असा अंदाज असून हिरवा चारा उत्पादनासाठी आपण कमी जागेत जास्त उत्पादन घेण्याचा पर्याय शोधणे आवश्यक असून आजच्या परिस्थितीत हायड्रोपोनिक पद्धतीने चारा उत्पादन घेणे हे एक चांगले नियोजन असू शकेल.

हिरवा व सुका चाऱ्याचा पुरवठा व मागणी

(आकडे दशलक्ष टनात)

वर्ष	पुरवठा		मागणी		कमतरता	
	हिरवा	सुका	हिरवा	सुका	हिरवा	सुका
१९९५	३७९.३	४२१	९४७	५२६	५९.९५ (५६८)	१९.९५ (१०५)
२०००	३८४.५	४२८	९८८	५४९	६१.१० (६०४)	२१.९३ (१२१)
२००५	३८९.९	४४३	१०२५	५६९	६१.९६ (६३५)	२२.०८ (१२६)
२०१०	३९५.२	४५१	१०६१	५८९	६२.७६ (६६६)	२३.४६ (१३८)
२०१५	४००.६	४६६	१०९७	६०९	६३.५० (६९६)	२३.५४ (१४३)
२०२०	४०५.९	४७३	११३४	६३०	६४.२१ (७२८)	२४.८१ (१५७)
२०२५	४११.३	४८८	११७०	६५०	६४.८७ (७५९)	२४.९२ (१६२)
२०३०	४१६.७	५०३	१२०७.१	६७०	६५.४५ (७९०)	२४.९० (१६७)

कंसातील आकडे हे प्रत्यक्ष कमतरता दाखवतात. **माहितीस्रोत - १०वा व ११वा पंचवार्षिक आराखडा**

एकंदरीत तसे पहिले तर कमी जागेत म्हणजे आज एक हेक्टरमध्ये आपण जे चारा उत्पादन घेतो, ते हायड्रोपोनिक पद्धतीने आपणास ५० स्के. मीटरमध्ये घेता येऊ शकते. म्हणजे आपणास या पद्धतीने २०० पट कमी जमीन लागते. तसेच दिवसेंदिवस पावसाचे प्रमाणही कमी होत असून चारा उत्पादनावर मर्यादा येत आहेत. हायड्रोपोनिक चारा उत्पादनास पारंपरिक चारा उत्पादनापेक्षा १/४० पट इतके कमी पाणी लागते तसेच श्रमही कमी लागतात आणि चाराही चांगल्या गुणवत्तेचा तयार होतो.

हिरवा चारा हे जनावरांचे नैसर्गिक अन्न असून यामधून जनावराचे नुसते दूध उत्पादनच वाढत नाही, तर गुणवत्तापूर्ण दूध उत्पादनासाठी त्याची फार आवश्यकता असते. यामुळे दुधातील स्निग्धता, ओमेगा-३, जीवनसत्त्वे क्षार व इतर महत्त्वाच्या घटकांमध्ये वाढ होते. त्यामुळे हायड्रोपोनिक चारा उत्पादन युनिट हे जनावरांसाठी हिरवा चारा तयार करण्याचे एक प्रभावी साधन आहे. परंतु दुर्दैवाने आयात केलेल्या फोमेटा मशीनचा अनुभव पाहता भारतीय शास्त्रज्ञांनी यापुढचे संशोधनाचे काम थांबवले व या प्रश्नाकडे फारसे लक्षही दिले नाही. आज वाढत्या लोकसंख्येची अन्नधान्याची गरज भागवण्यासाठी शेतीवर फार ताण येत आहे, हे लक्षात घेता हायड्रोपोनिक चारा उत्पादन पद्धतीची दुग्धव्यवसायासाठी फार आवश्यकता आहे. संशोधनातून असे सिद्ध झाले आहे की, या तंत्राने उत्पादित होणारा चारा खाणाऱ्या जनावरांच्या दुधात Essential fatty acid जास्त असते, तसेच ओमेगा-३ हा घटकही जास्त प्रमाणात आढळतो.

●

२

हायड्रोपोनिक म्हणजे काय ?

नैसर्गिकत: मातीच्या माध्यमातून वेगवेगळ्या प्रकारची गुणतत्त्वे वनस्पतीच्या वाढीसाठी मिळत असतात परंतु फक्त माती वनस्पतीच्या वाढीसाठी आवश्यक असते असे नाही. मातीतील गुणतत्त्वे पाण्यामध्ये मिसळतात व त्यानंतर वनस्पतीच्या मुळांना ती गुणतत्त्वे शोषता येतात. त्यामुळे जर वनस्पतीला पाण्यातूनच ही सर्व गुणतत्त्वे मिळाली तर मातीची तशी आवश्यकता नाही. हायड्रोपोनिक म्हणजे अशी पद्धत की ज्यामध्ये वनस्पती आपल्या वाढीसाठी आवश्यक असणारी गुणतत्त्वे मातीशिवाय पाण्यातूनच घेऊन वाढतात. या पद्धतीस हायड्रोपोनिक असे म्हणतात.

हायड्रोपोनिक हा शब्द ग्रीक भाषेतून तयार झाला आहे. हायड्रो म्हणजे पाणी व पोनिक म्हणजे काम करणारे असा त्याचा अर्थ आहे.

हायड्रोपोनिक पद्धतीचा इतिहास

हायड्रोपोनिक पद्धतीने चारा उत्पादन घेण्याचे तंत्रज्ञान तसे फार जुने आहे. शेकडो वर्षांपासून हायड्रोपोनिकचा वापर चालत आलेला आहे. जगातील सात आश्चर्यांपैकी एक आश्चर्य असलेल्या पुरातन काळातील बॅबिलोन शहरातील हँगिंग गार्डन हा हायड्रोपोनिक उत्पादनाचा पहिला यशस्वी प्रयोग असावा. इसवी सनापूर्वी कितीतरी वर्ष नाईल नदीवर तरंगत्या पाण्यात या पद्धतीने वनस्पतींची वाढ करून उत्पादन घेतल्याची वर्णने इजिप्तच्या इतिहासात आढळून येतात. यानंतर बरेच प्रयोग या पद्धतीने झाल्याचे दाखले आहेत. १९३०च्या सुमारास कॅलिफोर्निया विद्यापीठाचे डब्लू. ई. गेरीके यांनी व्यावसायिक पद्धतीने हे उत्पादन चालू करून त्यास 'हायड्रोपोनिक' असे नाव दिले. त्यामुळे डॉ. गेरीके यांना 'हायड्रोपोनिक'

तंत्रज्ञानाचा जनक असे संबोधले तर वावगे ठरणार नाही.

त्यांनी या पद्धतीने टोमॅटोचे उत्पादन घेतले परंतु लोहाची कमतरता व वातावरणाच्या नियंत्रणातील अडचणींमुळे यामध्ये फार प्रगती दिसून आली नाही. १९४५मध्ये अमेरिकन हवाईदलासाठी पर्वतीय भागात की ज्याठिकाणी भाजीपाला उत्पादन घेणे अशक्य आहे - अशा ठिकाणी हायड्रोपोनिक पद्धतीने ताज्या भाजीपाल्याचे उत्पादन घेऊन त्यांनी अडचण सोडवली होती. दक्षिण अटलांटिकमधील असेन्सन या बेटावर हवाईदलासाठी विश्रांती व इंधन यासाठी एक केंद्र होते. हा भाग फार ओसाड असल्याने याठिकाणी कोणतेही उत्पादन घेणे शक्य नव्हते. अशा ठिकाणी हायड्रोपोनिक पद्धतीने यशस्वीपणे भाजीपाल्याचे उत्पादन घेण्यात आल्यानंतर या पद्धतीचा बराच प्रसार झाला.

त्यानंतर १९४६ नंतरच्या काळात अमेरिकन आर्मीने जपानच्या चोफू बेटावर जगातील सर्वात मोठे हायड्रोपोनिक केंद्र तयार केले. त्याचे आकारमान २६ x ९० मीटरचे होते. यानंतर अमेरिकेच्या ज्या दक्षिण राज्यांमधील वातावरण शेती उत्पादनास पूरक नाही व ज्या भागात जमिनीची कमतरता आहे, अशा भागात बरेच हायड्रोपोनिक फार्म्स उदयास आले.

भारत व हायड्रोपोनिक चारा उत्पादन

भारत हा दूध उत्पादनात जगात अग्रेसर देश असला तरी प्रति जनावर दूध उत्पादन वाढवणे हे आपल्या पुढील फार मोठे आव्हान आहे. जनावराने त्याची पूर्ण दूध उत्पादनक्षमता दाखवण्यासाठी आहाराचे अनन्यसाधारण महत्त्व आहे. भारतीय शास्त्रज्ञांना फार पूर्वीपासूनच या तंत्रज्ञानाची माहिती आहे. भारतीय सरकारने १९८० साली फोमेटा या कंपनीच्या अर्धा डझन मशीन भारतीय कृषी संशोधन परिषदेला (आयसीएआर) संशोधन व उत्पादनासाठी खरेदी करून दिल्या होत्या. त्यानंतर ५० चौरस पेक्षा जास्त फोमेटा कंपनीच्या मशीन भारतात आयात करण्यात आल्या व त्यांचा वापरही झाला.

या फोमेटा मशीनसाठी साधारणपणे ३० स्के. फूट जागा लागत होती. ही मशीन दररोज १००० कि. चारा तयार करण्याच्या क्षमतेची होती. या मशीनसाठी तापमान २२+/- २ असे नियंत्रित करावे लागत असल्याने ही मशीन भारतात जास्त काळ चालली नाहीत. या मशीनमध्ये प्रकाश संश्लेषणासाठी फ्लोरोसंट ट्यूबलाईट लावण्यात आल्या होत्या. या मशीनची किंमतही जास्त होती. तसेच लाईट व मशीन चालवण्याचा खर्चही जास्त असल्याने सदर मशीनमध्ये उत्पादित केलेला चारा हा जास्त खर्चाचा होता. त्यामुळे त्याकाळी हायड्रोपोनिक चारा उत्पादन करून त्याचा प्रसार करण्याचे स्वप्न अपूर्णच राहिले.

आज हायड्रोपोनिक ही ॲग्रोनॉमीची एक शाखा म्हणून उदयास येत असून पारंपरिक पद्धतीपेक्षा यामध्ये फारच फायदा दिसून येत असल्यामुळे याची झपाट्याने वाढ होत असल्याचे निदर्शनास येत आहे. या मातीविना उत्पादन तंत्रज्ञानाचे दोन महत्त्वाचे फायदे असून पहिला म्हणजे या पद्धतीने जास्त उत्पादन घेता येते व दुसरा म्हणजे ज्या ठिकाणी माती व वातावरण योग्य नाहीत अशा ठिकाणीही आपण चांगले उत्पादन घेऊ शकतो.

सद्य:स्थिती व भविष्यातील वाटचाल

हायड्रोपोनिक तंत्रज्ञान हे जुने असले तरीही

आजच्या परिस्थितीसाठी या तंत्रज्ञानाची फार उत्सुकता असून त्याची गरजही आहे. त्यामुळे या तंत्रामध्ये मागील ५० वर्षांपेक्षा झपाट्याने प्रगती होत आहे. यामध्ये महागड्या मशीनपासून ते घरगुती ग्रीनहाउसमध्ये हायड्रोपोनिक पद्धतीने उत्पादन घेण्यास सुरुवात झाली आहे. युरोप व कॅनडा हे हायड्रोपोनिक तंत्रज्ञानात फार पुढे असून डच तंत्रज्ञांनी यात आघाडी घेतली आहे. हॉलंड देशात एकूण दहा हजार हेक्टरपेक्षा जास्त क्षेत्र हे हायड्रोपोनिक पद्धतीने उत्पादन घेण्यासाठी वापरले जाते. अमेरिकेतही यामध्ये प्रगती होत आहे तर चीनमध्ये दोन हजार एकरावर हायड्रोपोनिक पद्धतीने उत्पादन घेतले जाते.

ज्या प्रदेशात परिस्थिती, अन्नधान्य व चारा उत्पादन घेण्यास पूरक नसेल - उदाहरणार्थ, वाळवंट, डोंगरी भाग असे प्रदेश - हायड्रोपोनिक उत्पादनाच्या कमी खर्चाच्या युनिटमधून उत्पादन घेऊन त्या भागातील गरज काही प्रमाणात भागवता येईल. नासाने तर अंतराळात व चंद्रावर हायड्रोपोनिक पद्धतीने वनस्पतीवाढीसाठी प्रयोग चालू केले आहेत. येणाऱ्या काळात आपण जर पाहिले तर वातावरणात फार अनियमितता येऊ पाहत आहे, त्यामुळे कमी पर्जन्यमान असणाऱ्या भागात चाऱ्याची उपलब्धता करणे फार अवघड होणार आहे. दिवसेंदिवस अन्नधान्याची मागणी वाढत असून उपलब्ध जमिनीवरही पूर्ण भार येत आहे. त्यामुळे चारा उत्पादनासाठी मर्यादा येत आहेत.

आपण हायड्रोपोनिक पद्धतीने चारा उत्पादन घेतले तर आपण शेतजमिनीवर पडणारा अतिरिक्त भार कमी करू शकतो. या पद्धतीमुळे आज जनावरांची हिरव्या

चाऱ्याअभावी कमी होणारी उत्पादकता व दुग्धोत्पादनात शेतकऱ्यांचा होणारा तोटा थांबवून आर्थिकदृष्ट्या फायद्याच्या दिशेने नक्कीच वाटचाल करता येईल, यांत तिळमात्रही शंका वाटत नाही. दिवसेंदिवस पावसाचीही शाश्वती राहिलेली नाही. त्यामुळे कधीकधी तर सरकारला चारा छावणी उघडण्याची वेळ येते, परंतु, जरी आपण छावणीमध्ये विकत चारा आणू, तरी पैसे देऊनही हिरवा चारा उपलब्ध कुठे होणार, हाही प्रश्न महत्त्वाचा आहे. अशा कमी पर्जन्यमान असणाऱ्या भागात कमी किमतीत म्हणजे स्थानिक भागात उपलब्ध होणाऱ्या साधनसामग्रीचा वापर करून अद्ययावत हायड्रोपोनिक चारा युनिट विकसित केली, तर एक चांगली भरवशाची चाऱ्याचे उत्पादन देणारी यंत्रणा निर्माण होईल.

तसेच ग्रामीण भागातील शेतकरी तसेच नवयुवकांना उपजीविकेसाठी या तंत्रज्ञानात स्वतःच्या अनुभवाने अधिक भर घालून दिवसेंदिवस प्रगतीची नवी दिशा मिळेल, याची खात्री वाटते. जोपर्यंत नवीन तयार होणारे तंत्रज्ञान हे ग्रामीण भागातील शेतकऱ्यांच्या पद्धतीने थोडक्यात त्यांना समजेल अशा भाषेत उपलब्ध होत नाही, तोपर्यंत ग्रामीण भागात फारशी प्रगती होणार नाही. आज आपण तयार केलेल्या सोप्या पद्धतीच्या हायड्रोपोनिक चारा युनिटद्वारे बऱ्याच शेतकऱ्यांनी सुधारणा केली आहे, हे याचे जिवंत उदाहरण आहे.

●

३

हायड्रोपोनिक तंत्र का वापरावे ?

हायड्रोपोनिक उत्पादन पद्धत ही आजच्या शेतीशास्त्रातील एक अद्ययावत व प्रगत अशी पीक उत्पादन पद्धत आहे, असे म्हटले तर वावगे ठरणार नाही. यामध्ये ग्रीनहाउस व नियंत्रित वातावरणात उच्च नैसर्गिक तंत्रज्ञानाचा वापर करून नियंत्रित हवा, तापमान, पाणी व प्रकाश यांचा योग्य मिलाप साधल्याने या पद्धतीने सर्वसाधारण पद्धतीपेक्षा चांगल्या गुणवत्तेचा चारा उत्पादन करणे शक्य होते, तसेच बाहेरच्या वातावरणाचा त्याच्यावर काहीही परिणाम होत नाही. हा चारा सेंद्रिय तर असतोच परंतु दर्जेदारसुद्धा असतो आणि यास फक्त ५% जागा व ५% पाणी लागते. हायड्रोपोनिक तंत्राने चारा उत्पादन घेण्याची महत्त्वाची कारणे पुढीलप्रमाणे :

उत्पादन

नियंत्रित वातावरणात चाऱ्याच्या वाढीसाठी सर्व गरजा पुरवल्याने एकदम चांगल्या दर्जाचा व वाढीव उत्पन्न देणारा चारा मिळतो.

गुणवत्ता

या पद्धतीने घेतलेल्या उत्पादनांसाठी त्यांच्या वाढीस पोषक वातावरण दिले जाते. त्यामुळे तयार होणाऱ्या उत्पादनाची चव व उत्पादन हे पारंपरिक उत्पादन पद्धतीपेक्षा कधीही सरस असते. त्यामुळे हायड्रोपोनिक चारा जनावरास दररोजच्या आहारात ठेवल्यास गायीच्या दुधाची चवही गोड येते व काही अंशी दुधाच्या रंगातही बदल झाल्याचे दिसून येते.

अल्पभूधारक शेतकरी

कमी जमीन असणाऱ्या अल्पभूधारक शेतकऱ्यांना त्यांचे मुख्य उत्पन्नाचे क्षेत्र हे पशुधनाच्या चाऱ्यासाठी वापरावे लागते व त्यांच्यावर इतर उत्पादन घेण्याची मोठी अडचण असते. त्यामुळे असे शेतकरी पशुपालन व्यवसाय वाढवू शकत नाहीत.अशा शेतकऱ्यांना हायड्रोपोनिक

चारा उत्पादन हा चांगला पर्याय ठरू शकतो. हायड्रोपोनिक चारा उत्पादन पद्धतीने कमीत कमी क्षेत्र हे चाऱ्याखाली राहील व उरलेल्या शेतजमिनीवर पशुपालक इतर पिके घेऊन त्यांची आर्थिक परिस्थिती सुधारू शकतात.

जमीन

पारंपरिक चारा उत्पादन पद्धतीत आपण हेक्टरी १०० ते १२० टन मक्याचे उत्पादन घेऊ शकतो, परंतु हायड्रोपोनिक चारा उत्पादन पद्धतीत आपणास एवढेच उत्पन्न घेण्यास आपणास ०.००१ हेक्टर (म्हणजे एक गुंठा) एवढी कमी जागा लागते. हे प्रमाण जर आपण पाहिले तर हे शंभर पट जास्त आहे.

कामकाज खर्च

पारंपरिक चारा उत्पादन पद्धतीने काम करण्याचे प्रमाण जास्त आहे. यात जमिनीची नांगरणी, सपाटीकरण, वाफे बांधणी, पाणी देणे, तण काढणे, लागवड करणे, खत घालणे, कापणी करणे, वाहतूक करणे व कुट्टी करणे इत्यादी प्रकारची कामे करावी लागतात. सध्या शेती कामांसाठी मजुरांचा तुटवडा जाणवत असल्याने उत्पादन खर्चात वाढ होईल तसेच भविष्यात मजूर मिळतीलच याची शाश्वती देता येणार नाही. बऱ्याच बागायती भागात आजच मजुरांची समस्या जाणवू लागली आहे.

कालावधी

या पद्धतीने चारा उत्पादन घेताना कालावधीचा विचार केला तर सर्वसाधारणपणे ७ ते ९ दिवसांत चारा तयार होतो. तोच चारा आपल्या शेतात तयार होण्यास साधारण ६० ते ९० दिवस लागतात. म्हणजे यात आपण वेळेचीही बचत करू शकतो. यामध्ये सर्व वातावरण नियंत्रित असल्याने चारापिके वाढीस मदत होते व ती पूर्ण क्षमतेने वाढतात.

ऋतुमान

या प्रकारच्या चारा उत्पादन पद्धतीत वातावरणाच्या परिणामाचा विषय नसल्याने उत्पादनात कायम सातत्य राखले जाते. बऱ्याच वेळेला वेगवेगळ्या ऋतुमानानुसार वेगवेगळी चारा पिके घ्यावी लागतात, परंतु हायड्रोपोनिक चाराउत्पादन पद्धतीत आपणास हा विचार करावयाची गरज नसते.

बऱ्याच वेळेस आपणास मातीत चारापिके उत्पादन घेत असताना मातीतून होणाऱ्या रोगांचा परिणाम हा पीक उत्पादनावर होतो, परिणामी एकंदरीत चारापिकाचे उत्पादन घटते व गुणवत्तेवरही परिणाम होतो.

प्रतिष्ठा

हायड्रोपोनिक चारा पद्धत सुधारित असल्याने हे काम करण्यास माणसेही सहज उपलब्ध होतात. जास्त शोधाशोध करावी लागत नाही तसेच शेतात काम करण्याऐवजी हे काम जरा प्रतिष्ठेचे समजले जाते.

विजेचा वापर

शेतीला जलसिंचनासाठी जास्त क्षमतेची विद्युत पंप चालवण्यासाठी थ्री फेजची गरज असते. आजकाल शेतीसाठी थ्री फेज वीजपुरवठा ही फार मोठी समस्या होऊन बसली आहे. बऱ्याच वेळेस विद्युतपुरवठा हा अनियमित व वेळेवर नसतो, त्यामुळे त्याचा परिणाम पीक उत्पादनावर होतो. तसेच यावर होणारा खर्चही मोठा असतो.

जागेची निवड

चारापीक वाढीसाठी मातीची गरज नसल्याने आपणास टेरेस किंवा ज्या ठिकाणी आपण चारापिके घेऊ शकत नाही, अशा जागेतही चांगले चारा उत्पादन घेता येऊ शकते.

पाणी बचत

सर्वसाधारणपणे आपणास एक किलो चारापिकाचे उत्पादन नियमित पद्धतीने घेण्यास ६० ते ८० लिटर पाण्याची आवश्यकता असते परंतु हे उत्पादन जर हायड्रोपोनिक युनिटद्वारे घेतले तर आपणास पुनर्वापर पद्धतीत दीड ते दोन लिटर व साध्या पद्धतीत २ ते ३ लिटर पाण्यात एक किलो चारा उत्पादन घेता येऊ शकते. या पद्धतीने आपण पाण्याचे दुर्भिक्ष असलेल्या भागातसुद्धा कमी पाण्याचा वापर करून आवश्यक हिरव्या चाऱ्याचे उत्पादन घेऊ शकतो. आपल्याकडे बऱ्याच प्रमाणात पावसाची अनियमितता आढळते तसेच पश्चिम महाराष्ट्रातील बऱ्याच भागात चारा छावण्या लावण्याची वेळ येते. अशा भागात जर हायड्रोपोनिक पद्धतीने चारा उत्पादन घेण्याची पद्धती विकसित केली, तर दहा जनावरांसाठी रोज १५० किलो हिरवा चारा तयार करण्यासाठी आपणास रोज फक्त २०० ते २५० लिटर पाण्याची आवश्यकता आहे. या पद्धतीने पाण्याची बचत करता येईल.

आहारातील सातत्य

पारंपरिक चारा उत्पादन पद्धतीत आपण एकच चारा पीक एकसारखे घेऊ शकत नाही यामुळे जमिनीचा पोत घसरण्याची शक्यता असते. त्यामुळे कधी एकदल तर कधी द्विदल अशी पीक पद्धती वापरली जाते. यामुळे उत्पादनात सातत्य राहते. तसेच हायड्रोपोनिक चारा उत्पादन यंत्रात आपणास अशा प्रकारच्या बदलांची आवश्यकता नसते. आपण एकच पीक वर्षभर घेऊ शकतो.त्यामुळे जनावरांच्या आहारातील सातत्य ठेवता येते. यामध्ये पिकांची वाढ ही एकसारखीच होते आणि एकाच वेळेस म्हणजे ठरावीक ७ ते ९ दिवसांच्या कालावधीत जनावरांना खाण्यासाठी ते तयार होते.

ऊर्जाबचत

पारंपरिक चारा उत्पादन पद्धतीमध्ये चारा पिकास वातावरणाचा ताण सहन करावा लागतो. त्यामुळे बरीच ऊर्जा ही रोगापासून बचाव करणे व इतर ताण सहन करण्यात वापरली जाते. तसेच अशा पिकास पाणीही कमी जास्त होते. परिणामी पाहिजे त्या प्रमाणात ऊर्जेचे रूपांतर होत नाही.हायड्रोपोनिक चारातंत्राने पीक वाढत असताना त्यांना वातावरणाचा ताण सहन करण्यासाठी जास्त ऊर्जा खर्च करण्याची गरज नसते. पिके हीच ऊर्जा उत्पादन व गुणवत्ता वाढीसाठी वापरतात.त्यामुळे हायड्रोपोनिक उत्पादन पद्धतीत उत्पादन जास्त मिळते.

रासायनिक अंश

पारंपरिक चारा पिके उत्पादनात पिके मातीतील अन्नद्रव्ये घेतात. त्यामुळे मातीतील रासायनिक घटकांचे काही अंश यामध्ये उतरण्याची शक्यता असते तसेच वातावरणाचा ताण सहन करताना अशी पिके बऱ्याच रोगांना बळी पडतात. अशा रोगांवर नियंत्रण आणण्यासाठी आपणास वेगवेगळी रासायनिक कीडनाशके वापरणे भाग पडते व त्याचे काही अंश त्या चाऱ्याच्या रूपाने जनावरांच्या शरीरात व नंतर दुधात येण्याची शक्यता असते. तसेच पिकाची चांगली वाढ होण्यासाठी जी वेगवेगळी रासायनिक खते वापरली जातात, त्या खतातील अंश हे चाऱ्यामध्ये उतरण्याची शक्यता असते. तसेच ज्या भागात औद्योगिक कारखानदारी जास्त आहे, अशा भागात जड धातूंचे प्रमाण जमिनीत जास्त असण्याची शक्यता जास्त असते. आरोग्यास घातक असणारे असे जड धातू चाऱ्यामार्फत जनावरांच्या शरीरात व नंतर दुधाच्या माध्यमातून मानवी शरीरास अपायकारक ठरू शकतात.

हायड्रोपोनिक चारा निर्मिती युनिटमध्ये नियंत्रित घटकांचा वापर करण्यात येत असल्याने त्याचे हानिकारक अंश त्यामध्ये येऊ नयेत याची दक्षता घेतली जाते. तसेच आपण वातावरण नियंत्रण करण्यासाठी यंत्रणा वापरली असल्याने पिकास पूरक वातावरण असते. त्यामुळे पिकावर ताण येत नसून पिके रोगप्रतिकारक तयार होऊन त्यांच्यावर रोगाचा प्रादुर्भाव होण्याची शक्यता फार कमी असते. हायड्रोपोनिक चारा उत्पादनात घातक अंश राहणार नाहीत याची दक्षता घेतलेली असते. म्हणूनच आपण या उत्पादनास सेंद्रिय उत्पादन असेही म्हणू शकतो.

●

४

हायड्रोपोनिक चारा युनिट राबवताना येणाऱ्या अडचणी

हायड्रोपोनिक तंत्रज्ञान राबवताना बियाण्याची निवड, बियाणे भिजत घालावण्याचा काळ, पाणी व्यवस्थापन, आर्द्रता नियंत्रणाचे कौशल्य, बुरशी नियंत्रणासाठी अवगत असलेली उपाययोजना अशा सारख्या बऱ्याच अशा घटकांची केवळ माहिती पुरेशी नाही; तर त्याचा अनुभव असावा लागतो. प्रत्येक भौगोलिक विभागानुसार वातावरण हे बदलत असते व एका ठिकाणचे व्यवस्थापन जसेच्या तसे दुसऱ्या भागासाठी वापरता येणे शक्य नसून त्यात थोडाफार बदल करणे आवश्यक असते. हे जर लक्षात घेतले नाही तर थोड्या कालावधीसाठी आपण उत्पादन करू शकू; परंतु नंतर उत्पादन काढणे अडचणीचे वाटते.

बऱ्याच वेळेस शेतकऱ्यास आवड व गरज असल्याने पशुपालक शेतकरी आवडीने हायड्रोपोनिक चारा उत्पादन करण्याचे ठरवतात. एखाद्या यशस्वीपणे हायड्रोपोनिक चारा उत्पादन करणाऱ्या दूध उत्पादकाच्या गोशाळेस ते भेट देतात. गोविंद डेअरीत नवीन प्रयोग करताना आपल्याकडील उपलब्ध साधनसामग्रीचा प्राधान्याने वापर करण्याकडे कल असतो. त्यामुळे अशा तंत्राचा प्रसार झपाट्याने होतो. असे कमी खर्चाचे हायड्रोपोनिक चारा उत्पादन युनिट पशुपालक उत्साहाने तयार करतात. थोड्या कालावधीनंतर वातावरणात बदल होतो, त्यानुसार या हायड्रोपोनिक चारा युनिटमध्ये बदल करणे आवश्यक असते. परंतु असे बदल करण्याबाबत माहिती नसल्यामुळे त्या प्रमाणात त्यांना उत्पादन मिळत नाही. तसेच मग अशा प्रकारांत बुरशी होण्याचे प्रमाण वाढते व दूध उत्पादक हायड्रोपोनिक पद्धतीने चारा उत्पादन घेणे थांबवतो, असा अपप्रचार होतो की आपल्या भागात हायड्रोपोनिक चारा उत्पादन होत नाही किंवा हे तंत्रज्ञान योग्य नाही. त्यामुळे कमी खर्चातील हायड्रोपोनिक चारा

उत्पादन घेताना वर्षातील सर्व ऋतूंमध्ये कसे बदल करावेत, काय खबरदारी घ्यावी, याची माहिती घेणे आवश्यक असते. या पद्धतीने चारा उत्पादनात यशस्वी असणाऱ्या दूध उत्पादकांबरोबर वर्षभर संपर्कात राहून आपणास नियमितपणे येणाऱ्या अडचणींवर चर्चा करणे आवश्यक असते. असे केल्यास हे तंत्र फार सोपे वाटेल.

बियाण्यांची गुणवत्ता

हायड्रोपोनिक चारा युनिटमध्ये गुणवत्तायुक्त चारा तयार करण्यासाठी योग्य बियाण्याची उपलब्धता होणे फार महत्त्वाचे आहे. सध्या आधुनिकीकरणामुळे आपण मळणी यंत्राने काम करतो; परंतु त्याचे व्यवस्थापन व्यवस्थितपणे न केल्यास बियाण्याच्या अंकुरास बाधा पोहोचते. असे बियाणे नंतर हायड्रोपोनिक युनिटमध्ये अंकुरित होत नाही. त्याची वाढ न होता ते बुरशी वाढीसाठी मदत करतात व आपले नुकसान होऊ शकते. यासाठी हाताने मळणी केलेले बियाणे मिळणे महत्त्वाचे आहे किंवा यंत्रावर मळणी केल्यास मळणी यंत्राची मळणी योग्य असणे आवश्यक आहे. चांगल्या गुणवत्तेच्या बियाण्याचे नियोजनही आपणास जमले पाहिजे अन्यथा बऱ्याच हायड्रोपोनिक चारा उत्पादन करणाऱ्या पशुपालकांना चांगल्या बियाण्याची उपलब्धता न झाल्यामुळे हायड्रोपोनिक चारा उत्पादन बंद ठेवावे लागले आहे. या अडचणीचे योग्य नियोजन करण्यासाठी शक्यतो आपल्या शेतातच मक्याचे उत्पादन घ्यावे; किंवा परिचित शेतकऱ्याकडून ज्यांच्याकडील मळणी पद्धतीविषयी आपल्याला खात्री आहे अशांकडून मका खरेदीचे नियोजन करून घ्यावे.

रोगप्रादुर्भाव

हायड्रोपोनिक पद्धतीने चारा उत्पादन घेताना त्याची गुणवत्ता राखणे महत्त्वाचे आहे. यामध्ये सर्वात जास्त अडचण म्हणजे जर व्यवस्थित काळजी घेतली नाही तर बुरशी होण्याची शक्यता जास्त असते. यामुळे बरेच दूध उत्पादक उपलब्ध माहिती घेऊन चांगले हायड्रोपोनिक चारा उत्पादन घेतात; परंतु नंतर बुरशी व इतर रोगनिवारणाची पूर्ण माहिती नसल्याने चारा उत्पादन घेण्याचे बंद करतात. याबाबतची अडचण दूर करण्यासाठी रोगनियंत्रणासाठी खाली दिलेल्या उपायांची माहिती घेऊन त्यांचे योग्य नियोजन व काळजी घेणे आवश्यक आहे.

हायड्रोपोनिक पद्धतीने चारा उत्पादन करताना घ्यायची काळजी

हायड्रोपोनिक चारा युनिटमधून चारा उत्पादन घेण्याचे अनेक फायदे पशुपालकांना जाणवल्यामुळे आता या पद्धतीकडे कल वाढल्याचे दिसून येत आहे. एकदम साध्या पद्धतीचे हायड्रोपोनिक युनिट पाहिल्यानंतर त्यांच्या मनात अशा पद्धतीने चारा उत्पादन घेण्याबाबतची मानसिकता तयार होते. ज्या सोप्या पद्धतीने ही यंत्रणा तयार केलेली आहे, त्याच प्रमाणात त्यामध्ये वातावरण नियंत्रणासाठी घ्यावी लागणारी आवश्यक ती काळजीसुद्धा घेतलेली आहे. अनेक जण नेमके हेच विसरतात. थोडे दिवस चांगले नियोजन करतात. त्यांना अशा हायड्रोपोनिक चारा उत्पादनातून फायदाही होतो. परंतु काही दिवसांनंतर वातावरणात खालीलप्रमाणे बदल होतात :

- तापमान कमीजास्त होते
- बियाणे व्यवस्थित नसते
- स्वच्छता व्यवस्थित नसते
- पाण्याची गुणवत्ता चांगली नसते

हायड्रोपोनिक तंत्रामध्ये शेडनेट मध्ये चारा उत्पादन घेतले जाते.

- कोंदट वातावरण तयार होते
- आर्द्रता जास्त होते

अशा अनेक कारणांनी चारा उत्पादन आवश्यकतेनुसार मिळत नाही व पशुपालकाची चलबिचल चालू होते. अशाही पद्धतीत काही पशुपालक त्यामध्ये शास्त्रीय दृष्टिकोनातून काही बदल करून आपले हायड्रोपोनिक चारा उत्पादन वर्षाच्या तीनही हंगामात यशस्वीपणे सुरू ठेवतात.

मात्र, काही पशुपालकांना याबाबत असलेल्या अपुऱ्या माहितीमुळे चारा उत्पादनातील सातत्य टिकवता येत नाही. ते असे उत्पादन घेणे बंद करतात. 'आपल्या वातावरणात हायड्रोपोनिक चारा उत्पादन येत नाही' असा अपप्रचारही केला जातो. यशस्वी पशुपालकांनी केलेल्या हायड्रोपोनिक चारा उत्पादनाची पद्धती उपयोगात आणल्यास आपल्या भागात हे तंत्रज्ञान पूर्णपणे यशस्वी ठरू शकेल. आम्ही बऱ्याच पशुपालकांना वरील विषयांची जाणीव करून दिल्याने ते हायड्रोपोनिक चारा उत्पादनात यशस्वी झाले आहेत. वातावरणानुसार बदल करून, अडचणींवर मात करत त्यांनी हे तंत्र वापरून आपला फायदा करून घेतला आहे.

आपल्या भागातील संपूर्ण वातावरणाचा वर्षभराचा अभ्यास लक्षात घेऊन आपले हायड्रोपोनिक युनिट कसे असावे, याचा आपणास निर्णय घेता येईल. यामध्ये सर्वात महत्त्वाचे घटक खालीलप्रमाणे आहेत.

- आपणास वर्षभर चांगल्या बियाण्याची (बियाण्यांची गुणवत्ता या मुद्यांमध्ये दिलेल्या माहितीप्रमाणे) उपलब्धता कशी होईल, हे पाहावे लागते. जर आपल्याकडे बियाण्यांची अडचण असेल तर परिचित शेतकऱ्याकडून आपल्या निकषाप्रमाणे बियाण्यांची उपलब्धता करून घेणे महत्त्वाचे आहे.
- आपल्या भागात पर्जन्यमान किती आहे व

त्यानुसार हायड्रोपोनिक चारा उत्पादनाची कशी काळजी घ्यावयाची, याची माहिती घेणे आवश्यक आहे.

- आपल्या भागातील तापमान जास्तीत जास्त व कमीत कमी किती आहे या विषयावरही चर्चा करून कमी जास्त होणाऱ्या तापमानाशी कसे जुळवून घेता येईल, याची माहिती घ्यावी.
- काही जास्त पर्जन्यमान असलेल्या किंवा समुद्रालगतच्या भागात आर्द्रता नियंत्रणाचे काम महत्त्वाचे असते. ते योग्य प्रकारे करण्यासाठी या तंत्रज्ञानाची चांगली माहिती घेऊन जास्तीत जास्त चारा उत्पादन घेता येईल व उत्पादनातील सातत्यही ठेवता येईल. बऱ्याच वेळेस जास्त आर्द्रता झाल्यास व वायुज (हवा खेळती राहील अशी व्यवस्था) कमी असल्यास लहान किडे होण्याची शक्यता वाढते. त्यामुळे याबाबतच्या उपाययोजनांची माहिती असणे सातत्यपूर्ण यशस्वी हायड्रोपोनिक चारा उत्पादनासाठी आवश्यक आहे.

●

५

पहिल्या हायड्रोपोनिक चारा युनिटची निर्मिती

दुग्धव्यवसायाचे ग्रामीण विकासामध्ये फार महत्त्वाचे योगदान आहे. यामुळे ग्रामीण भागात चांगला रोजगार उपलब्ध होत असून हे उत्पन्नाचे महत्त्वाचे साधन आहे. पारंपरिक चारा उत्पादन पद्धतीमध्ये जर आपण जमीन व वातावरणाचा विचार केला तर आपणास फारच मर्यादा दिसून येतात. दुग्धव्यवसाय फायदेशीर करावयाचा असेल तर हिरवा चाऱ्याला अनन्यसाधारण महत्त्व आहे. त्यामुळे हायड्रोपोनिक पद्धतीने चारा उत्पादन घेणे फायद्याचे ठरू शकते. या तंत्राने आपण मका, गहू, ओट यासारखी हिरव्या चाऱ्याची पिके घेऊ शकतो.

शेतकऱ्यांच्या दुधाला चांगला दर देऊन ग्राहकांनाही योग्य दरात दूध देता यावे, या हेतूने गोविंद डेअरीची स्थापना १९९६ साली करण्यात आली. दूध उत्पादनातील अडचणी ओळखून सोप्या पद्धतीने त्यांना आधुनिक दूध व्यवसायाची ओळख करून दिल्याशिवाय दूध उत्पादकांची आर्थिक उन्नती होणार नाही, यावर डेअरी व्यवस्थापनाचा ठाम विश्वास होता. यामधूनच शेतकऱ्यांच्या दैनिक काबाडकष्टात कपात होणे, एका गायीचे दूध उत्पादन वाढवणे, आधुनिक पद्धतीचा अवलंब करून दूध उत्पादन खर्च कमी करणे, व्यावसायिक पद्धतीने दूध उत्पादन करणे. पशु आहार, प्रजनन व सर्वसाधारण व्यवस्थापन इ. मध्ये बदल करणे या सर्वांसाठी डेअरी व्यवस्थापनाचा कायम पाठिंबा राहिला आहे त्यामुळेच दुग्ध उत्पादकांच्या हिताची बरीच कामे झाली आहेत. यामध्ये कम्युनिटी मिल्किंग पार्लर, मुक्त संचार गोठा व्यवस्थापन पद्धत, मुरघास, सुका चारा प्रक्रिया, हिरवा चारा उत्पादन, शेतकरी दुग्ध व्यवस्थापन प्रशिक्षण केंद्र, सेंद्रिय दूध उत्पादन, करारपद्धतीने चारा उत्पादन, आहाराचे संतुलन, क्षारयुक्त पावडरचे उत्पादन, अझोला, गोठ्यातील स्वयंचलित तापमान नियंत्रण यंत्रणा, मोड आलेल्या धान्याचा जनावरांच्या आहारात वापर व हायड्रोपोनिक चारा उत्पादन

युनिट इत्यादी बाबींवर वाखाणण्यासारखे काम झाले व त्याचा फायदा देशभरातील दूध उत्पादक शेतकऱ्यांना झाला.

हायड्रोपोनिक चारा उत्पादन युनिटमागील संकल्पना ही मोड आलेल्या धान्य वापरातून पुढे आली. गोविंद डेअरीचे तत्कालीन व्यवस्थापकीय संचालक श्री. गणपतराव धुमाळ यांच्या वाचनात एक पुस्तक आले, त्याचे नाव होते 'लिव्हिंग फूड'. यामध्ये मोड आलेल्या धान्याचा आहारात वापर केल्यास बरेच आजार कमी होतात, असा उल्लेख होता. या मोड आलेल्या धान्यात असे बरेच घटक असतात, की ज्याच्या वापराने माणसाच्या शरीरातील अन्नद्रव्यांच्या उणिवा भरून निघतात.

मनुष्य हा असा एकमेव प्राणी आहे की जो शिजवलेले अन्न खातो व इतर सर्व प्राण्यांपेक्षा जास्त आजारी पडतो. मोड आलेल्या धान्यामध्ये बऱ्याच प्रमाणात महत्त्वाची अन्नद्रव्ये असतात व ही आपल्या शरीरासाठी फार आवश्यक असतात. यामध्ये जीवनसत्त्वे, ऑर्गेनिक क्षार, वेगवेगळी एन्झाइम्स, अँटिऑक्सिडंट जास्त उपयोगी असलेली प्रथिने इत्यादीचे प्रमाण मोठ्या संख्येने असते व त्याची शरीरासाठीची उपलब्धता वाढणे हे फार महत्त्वाचे आहे. तसेच काही अँटीन्युट्रीशनल पदार्थ सर्वसाधारण धान्यामध्ये असतात. त्यांचा प्रभावही मोड आलेल्या धान्यरूपात नाहीसा होतो. उदाहरणार्थ, सर्वसाधारणपणे कच्च्या सोयाबीनमध्ये ट्रिप्सीन इनहिबीटर रसायन असते. ते सोयाबीनच्या पचनात अडथळा करते. परंतु हेच सोयाबीन मोड आणून जनावरास खायला दिल्यास या ट्रिप्सीन इनहिबीटर घटकाचा परिणाम कमी होऊन सोयाबीनमधील अन्न घटक पचनास मदत होते.

सुरुवातीस मोड आलेल्या धान्याचा प्रयोग जनावरांच्या आहारात करण्यात आला. त्याचा फायदा दिसून आला. यामध्ये प्राधान्याने एकदलमध्ये मका, गहू व ओटचा तर द्विदल वर्गीयांत सोयाबीन, मटकी व मूग यासारखे धान्य वापरात आणल्यामुळे दूध उत्पादनात वाढ होते. दुधाच्या गुणवत्तेमध्ये सुद्धा सुधारणा होण्यास मदत होते. दुधाचा पिवळसर रंग बदलून तो पांढरा होतो. दुधाच्या चवीमध्ये गोडवा निर्माण होतो. गायींमध्ये गाभण राहण्याचे प्रमाण वाढते. खाल्लेल्या आहाराचे पचन वाढून शेण घट्ट येते. अशा अनेक फायद्यांमुळे बऱ्याच शेतकऱ्यांनी मोड आलेल्या धान्याचा जनावरांच्या आहारात वापर सुरू केला.

मका, गहू, ओट या एकवर्गीय धान्यांपैकी आणि सोयाबीन, मटकी, मूग या द्विदल धान्यांपैकी कोणतेही एक धान्य किंवा अनेक

जास्त प्रमाणात धान्यास मोड आणण्यासाठी धान्य भिजवून बारदानाच्या पोत्यात बांधून ठेवतात

मोड आलेले धान्य जनावरे आवडीने खातात

धान्ये १२ तास पाण्यामध्ये भिजवून ठेवावे. त्यानंतर २४ ते ३६ तास गोणपाटामध्ये अर्थात् गोणपाटामध्ये अर्थात् बारदानामध्ये बांधून ठेवले जाते. त्यानंतर इतर पशुखाद्यामध्ये मिसळून दिले जाते. याप्रमाणे एक किलो मक्यापासून सर्वसाधारणपणे दोन किलो मोड आलेले मक्याचे धान्य तयार होते. तर एक किलो द्विदल धान्यापासून अडीच किलो मोडाचे धान्य तयार होते.

समजा चार किलो पशुआहार एका जनावरास प्रतिदिवस याप्रमाणे देत आहोत, तर त्यातील एक किलो मका कमी करून आपण मोड आणून जनावरास दिल्यास पशुखाद्याच्या खर्चाचे प्रमाण कमी करता येईल. शिवाय मोड आलेल्या धान्याचे वर सांगितलेले फायदेही दिसून येतात. बऱ्याच शेतकऱ्यांनी आता मोडाची धान्ये जनावरांच्या आहारामध्ये समाविष्ट केली आहेत.

अनिलकाका निंबाळकर यांचे हायड्रोपोनिक तंत्रातील चारा उत्पादन

२०१२ मध्ये काही प्रमाणात दुष्काळ पडला होता व शासनामार्फत जनावरांसाठी छावण्या उघडण्यात आल्या होत्या. फलटणच्या दुष्काळी भागातील बरीचशी जनावरे छावण्यांमध्ये आश्रयाला होती. या सर्व जनावरांना सवलतीच्या दरात छावणीत चारा व पशुखाद्याचा पुरवठा केला जात असे. परंतु छावण्यांमध्ये चारा मिळत असला तरी शासनाला दररोज इतका गुणवत्तायुक्त चारा उपलब्ध कसा करून द्यायचा, असाही प्रश्न पडत होता.

याच काळात श्री. अनिलकाका निंबाळकर यांच्या गोठ्यातील जनावरांवर मोड आलेल्या धान्याचा प्रयोग चालू होता. चारा टंचाईचे पुढील संकट पाहून हायड्रोपोनिक पद्धतीने चारा उत्पादन करावयाचे ठरले. मोड आणण्यासाठी आवश्यक पद्धतीचा चांगला अभ्यास झाला होता; परंतु हायड्रोपोनिक चारा तयार करणे एक आव्हान होते. हायड्रोपोनिक चारा उत्पादन करण्यासाठी महागडी यंत्रे उपलब्ध होती; परंतु त्यांच्या किमती पाहून आपणाकडे त्या परवडतील, असे वाटत नव्हते. त्यासाठी झाडाखाली, घरात व इतर बऱ्याच पद्धतींचा वापर करून हायड्रोपोनिक चारा उत्पादनाचे प्रयत्न केले, त्यात काही अंशी यश आले; परंतु व्यावसायिक पद्धतीने हायड्रोपोनिक चारा उत्पादन कसे करावे, याबाबत दिशा स्पष्ट होत नव्हती.

या दरम्यान भारतीय कृषी संशोधन संस्था (आयसीएआर) येथे भेट देऊन तेथे १५ लाख रुपये किमतीचे, दररोज ६०० किलो हायड्रोपोनिक चारा उत्पादन करण्याचे अत्याधुनिक युनिट पाहावयास मिळाले. या मशीनमधील प्रकाश, तापमान, आर्द्रता, पाणीव्यवस्थापन इत्यादीसाठी यांत्रिकीकरणाचा उपयोग कसा होतो, याचे बारकाईने निरीक्षण अनिलकाकांनी केले. आपणही असे युनिट कमी किमतीत तयार करू शकतो, याची खात्री त्यांना पटली.

फलटणला आल्यानंतर अनिलकाकांनी या युनिटच्या निर्मितीचे काम हाती घेतले. आठ दिवसांतच शेडनेट, बांबू, तुतीचे जुने ट्रे, स्प्रिंकलर, इलेक्ट्रिक मोटर व टायमरच्या मदतीने कमी खर्चाचे स्वयंचलित १५० किलो प्रतिदिन चारा उत्पादन देणारे १० फूट लांब व ८ फूट रुंदीचे हायड्रोपोनिक चारा युनिट अवघ्या २५ हजार रुपयांत तयार झाले. त्यापासून मिळणाऱ्या चाऱ्यावर अनिलकाका निंबाळकर यांच्या १० जनावरांना दररोज प्रत्येकी १५ किलो हिरवा चारा मिळू लागला. विशेष म्हणजे अनिलकाका

निंबाळकर यांच्या जवळच्या गावातच १,००० जनावरांची छावणी उभारून शासनामार्फत सवलतीच्या दरात चारा उपलब्ध केला जात होता. जनावरांना पिण्यासाठी टँकरमार्फत पाणी पुरवठा होत असतानाही अनिलकाका दररोज फक्त २०० ते ३०० लिटर पाण्यापासून १५० किलो हिरवा चारा हायड्रोपोनिक पद्धतीने घेत होते.

हळूहळू त्यांना हायड्रोपोनिक चारा वापराचे अधिकाधिक फायदे लक्षात येऊ लागले. हे फायदे शेजारील शेतकऱ्यांनी पाहिल्याने त्यांनीही या चारा उत्पादन तंत्राचे अनुकरण करावयास सुरुवात केली. यातूनच दररोज २० किलोपासून ते दररोज १,००० किलोपर्यंत चारा उत्पादन करणाऱ्या हायड्रोपोनिक युनिटची निर्मिती झाली. सुरुवातीला चारा युनिट केल्यानंतर एकदम चांगला चारा जनावरांना मिळायला लागला; परंतु हवामानात काही बदल झाल्याने चारा उत्पादनात अडचणी येऊ लागल्या. हळूहळू यामधील तंत्र लक्षात आल्याने ऋतुनुसार पाणी व्यवस्थापन, शेडनेटची जाडी, तापमान आर्द्रता यांच्यामध्ये बदल करून या सर्व अडचणींवर मात करून पूर्ण क्षमतेचे हायड्रोपोनिक चारा युनिट विकसित केले.

आज देशभरात अनेकांनी या युनिटची माहिती घेऊन अशी युनिट तयार केली आहेत. अनिलकाका निंबाळकर यांनी आजवर हजारो लोकांना याचे प्रशिक्षण दिले आहे.

●

६

हायड्रोपोनिक चारा उत्पादनाची पद्धती

यामध्ये आपणास आवश्यक असणारे बियाणे म्हणजे मका, गहू, ओट इ. पाण्यामध्ये १२ तास भिजवत ठेवावे लागते. त्यानंतर वातावरणाचा अभ्यास करून सर्वसाधारणपणे १२ ते २४ तास गोणपाटात बांधून ठेवावे. या पद्धतीने या बियाण्याला लहान मोड आलेले दिसतात. हे अंकुरित धान्य त्यानंतर प्लास्टिक ट्रे मध्ये एका चौरस फुटाला ३५० ग्रॅम (वाळलेल्या धान्याचे वजन) याप्रमाणे पसरावे.

हे ट्रे एका मांडणीवर ठेवले जातात. हे सर्व उत्पादन युनिट एका शेडनेटने आच्छादित केलेले असते. ट्रे कोणत्याही आकाराचे असू शकतात, फक्त त्यातून पाणी सर्व ठिकाणी पोहोचले पाहिजे व पाण्याचा निचरा झाला पाहिजे. या अंकुरित धान्यावर नंतर वातावरणाचा अभ्यास करून ठरावीक कालावधीमध्ये पाण्याची फवारणी केली जाते. यामध्ये आधुनिकता आणण्यासाठी स्प्रिंकलर्सचा व टायमरचा वापर केला जातो.

अशा पद्धतीने ८ ते ९ दिवसांत आपणास चांगली वाढ झालेला चारा तयार झालेला दिसतो. जो मुळ्यांसह जनावरास खाण्यास तयार झालेला असतो. यामध्ये एका किलो धान्यापासून सर्वसाधारणपणे ८ ते ९ किलो चारा तयार होतो. ३ फूट लांब व २ फूट रुंद ट्रेमधून १६ ते १८ किलो चारा तयार होतो, ज्यामधून हिरव्या चाऱ्याची जनावराची गरज पूर्ण होईल. (इतर लागणारी अन्नघटकांची गरज सुका चारा व पशुखाद्यातून पूर्ण करता येईल.) याप्रमाणे एक ट्रे एका जनावरास एका दिवसास देता येईल. अशाप्रकारे एका जनावरास ७ ट्रे लागतील म्हणजे १० जनावरांसाठी एकूण ७० ट्रे लागतील.

या तंत्रज्ञानासाठी पाणी देण्याच्या यांत्रिकीकरणामुळे कमी कामात चांगल्या गुणवत्तेचा चारा तयार होतो. हे काम फार सोपे व कोणालाही करता येण्यासारखे असल्याने फार महत्त्वाचे वाटते. हायड्रोपोनिक तंत्रात मका चारा

उत्पादनासाठी एका किलोसाठी रु. १.६३ तर गहू चारा उत्पादनासाठी रु. २.३३ खर्च येतो.

१. बियाणे

हायड्रोपोनिक चारा उत्पादनात बियाण्याची निवड फार महत्त्वाची आहे. हायड्रोपोनिक पद्धतीने चारा उत्पादन घेण्यास गहू, मका, ओट इ. धान्याचा जास्त प्रमाणात वापर करता येऊ शकतो व ते फायदेशीरही होऊ शकते.

ज्वारी हे पीक हायड्रोपोनिक पद्धतीने वापरण्यास योग्य नसते. या पिकाच्या कोवळ्या चाऱ्यात एचसीएन (हायड्रोसायनाईड) नावाचा विषारी पदार्थ असतो, ज्यामुळे जनावरास विषबाधा होण्याची शक्यता असते. त्यामुळे हायड्रोपोनिक उत्पादनात ज्वारी वापरू नये.

थंड वातावरण आवश्यक असणाऱ्या चारा पिकांना उदाहरणार्थ, गहू, ओट इत्यादींचे हायड्रोपोनिक तंत्राने चांगले उत्पादन घेण्यासाठी कमीत कमी १० ते १५ व जास्तीत जास्त १५ ते २१ अंश सेल्सिअस तापमान आवश्यक असते. तसेच उष्ण वातावरण असणाऱ्या प्रसंगी आपण हायड्रोपोनिक पद्धतीने उत्पादन घेताना मक्याचा वापर हा फायदेशीर ठरू शकतो. कमीत कमी १५ ते २० आणि जास्तीत जास्त २१ ते २८ अंश सेल्सिअस तापमान आवश्यक असते.

२. बियाण्यांची गुणवत्ता

हायड्रोपोनिक चारा उत्पादनात बियाण्यांची गुणवत्ता तसेच अंकुरित होण्याची क्षमता अर्थात 'अंकुरण क्षमता' चांगली असणे आवश्यक आहे. यासाठी आपणास आवश्यक असणारे बियाणे खरेदी करण्यापूर्वी १० ते १५ किलो बियाणे खरेदी करून त्याची अंकुरण क्षमता समजून घ्यावी. त्यानंतर आपणास आवश्यक असणारा साठा खरेदी करून ठेवता येऊ शकतो.

बियाण्याची अंकुरण क्षमता चांगली नसेल तर असे अंकुरित न होणारे बियाणे हायड्रोपोनिक ट्रे मध्ये कुजते व त्यावर बुरशी वाढण्याची शक्यता असते. ही कारणमिमांसा लक्षात न घेता बरेचसे पशुपालक शेतकरी बुरशी आल्याने हायड्रोपोनिक पद्धतीने चारा उत्पादन करणे सोडून देतात. त्यामुळे बियाणे खरेदी करण्यापूर्वी बियाण्यांची अंकुरण क्षमता तपासून घेण्याची दक्षता घ्यावी लागते.

पशुपालकांनी हायड्रोपोनिक चाऱ्यासाठी आवश्यक असणारे बियाणे खरेदी करताना शक्यतो आपल्या भागातील शेतकऱ्यांकडूनच विकत घ्यावे कारण बाहेरील भागातून किंवा परराज्यातून आलेल्या मका किंवा गव्हाच्या बियाण्यात बुरशीजन्य किंवा विषाणुजन्य रोगांचा अंश असण्याची शक्यता असू शकते. आणि याचा परिणाम उत्पादकतेवर होऊ शकतो.

अति वेगवान हार्वेस्टिंग यंत्रात धान्य मळणी केल्यास बऱ्याच वेळेस बियाण्यांच्या अंकुरास इजा पोहोचण्याची शक्यता असते म्हणून हातमळणी केलेल्या किंवा कमी वेगवान मळणी यंत्रात मळणी केलेल्या बियाण्यांची निवड प्राधान्याने करावी.

ज्वारी हे पीक हायड्रोपोनिक पद्धतीने वापरण्यास योग्य नाही. या पिकाच्या कोवळ्या चाऱ्यात एचसीएन (हायड्रोसायनाईड) नावाचा विषारी पदार्थ असतो. या पदार्थामुळे जनावरास विषबाधा होण्याची शक्यता असते. म्हणूनच, हायड्रोपोनिक उत्पादनात ज्वारी कधीही वापरू नये.

३. बीजप्रक्रिया

निवड केलेल्या बियाण्यामध्ये कोणतेही बाह्य पदार्थ राहणार नाहीत, याची खात्री करून घ्यावी. तसे काही आढळल्यास असे बियाणे निवडून घ्यावे. बियाण्यामध्ये पूर्वीपासून असणारी बुरशी किंवा इतर जीवजंतू हे योग्य वातावरण मिळाल्यास वाढतात. त्यामुळे हायड्रोपोनिक चाऱ्यात बुरशी किंवा इतर रोगांचा शिरकाव होण्याचा संभव असतो. बऱ्याच वेळेस स्प्रिंकलरमधील पाण्याच्या दबावामुळे असे जीवजंतू अथवा बुरशी वाढत नाही; परंतु पाणी कमी पडल्यास अथवा उतार कमी असल्यास या रोगांचा प्रादुर्भाव होतो.

हे टाळण्यासाठी बीजप्रक्रिया योग्य प्रकारे करणे आवश्यक आहे. बियाण्यांची अंकुरण क्षमता वाढण्यासाठी व बियाण्यापासून होणारे रोग नियंत्रित करण्यासाठी बीजप्रक्रिया फार आवश्यक आहे. जर आपल्या बियाण्यांची वाढ चांगली असेल व बुरशीचा प्रादुर्भाव नसेल तर बीजप्रक्रिया टाळली तरी चालते. बीजप्रक्रिया करण्यासाठी आपण जैविक पद्धतीने इएम द्रावण वापरून व रासायनिक पद्धतीने म्हणजे सोडियम हायपोक्लोराइडचे द्रावण वापरून बीजप्रक्रिया करू शकतो.

ही प्रक्रिया प्रभावीपणे करण्यासाठी घरगुती तयार केलेले सोडियम हायपोक्लोराईड (२०%) द्रावण घेऊन त्यामध्ये बियाणे अर्धा तास भिजत ठेवावे. त्यानंतर स्वच्छ पाण्याने बियाणे धुऊन घ्यावे, जेणेकरून त्यातील रासायनिक अंश निघून जातील. या द्रावणामध्ये असणाऱ्या क्लोरीनमुळे बुरशीवर नियंत्रण येते.

इ. एम. दुय्यम द्रावण (उपयोगी जीवाणू, मेपल ओर्गटेक , कोलकाता.) १% द्रावणात अर्धा तास बियाणे भिजत ठेवल्ययास चांगल्याप्रकारे सेंद्रिय पद्धतीने बीजप्रक्रिया करता येते. या इएमच्या द्रावणात काही प्रमाणात प्रकाशसंश्लेषणासाठी आवश्यक असणारे जीवाणू असल्याने त्यांच्या वापराने हायड्रोपोनिक चाऱ्याची वाढ चांगली होते. तसेच यामध्ये उपलब्ध असणारे उपयोगी जीवाणू हे बुरशी व इतर रोगांच्या जीवजंतूंची वाढ होऊ देत नाहीत. यात असणारे जीवाणू हे पुढील हायड्रोपोनिक चारा वाढीसाठी उपयुक्त असल्याने बीजप्रक्रिया केल्यानंतर अशा बियाण्यास पुन्हा पुन्हा धुण्याची आवश्यकता नसते.

अशा प्रकारे बीजप्रक्रिया करून हायड्रोपोनिक चारा उत्पादनातील अडचणी दूर करता येऊ शकतात.

४. बियाणे भिजवणे

काही अत्याधुनिक मशीनमध्ये फक्त धान्य आहे तसे कोरडेच ट्रे मध्ये टाकले जाते. नंतर नियमित पाण्याच्या फवारण्याने ते ओले होऊन अंकुरित होते. यामध्ये जास्तीत जास्त वातावरण नियंत्रित ठेवण्याचा प्रयत्न केला जातो. बियाणे जास्तीत जास्त अंकुरित होण्यासाठी उबदार वातावरणाची आवश्यकता असते. एकाच वेळेला एकाच शेडमध्ये वेगवेगळे तापमान नियंत्रित करता येणे खर्चीक व अवघड आहे. त्यामुळे कमी

बियाणे भिजवल्यानंतर बारदानात बांधून ठेवावे.

खर्चाच्या मशीनमध्ये आपणास हा फायदा घेता येतो. परिणामी, उत्पादन जास्त मिळण्यास मदत होते. यासाठी सर्वसाधारण मशीनमध्ये बियाणे एकदम ट्रे मध्ये टाकण्यापेक्षा ते पाण्यात १२ तास भिजत ठेवल्यास बियाण्याची अंकुरण क्षमता वाढते. भिजत घातल्याने सर्व बियाणे व्यवस्थित भिजते. उबदार वातावरणात बियाणे व्यवस्थित भिजते, थंड तापमान असताना पाणी जरा कोमट करून त्यामध्ये बियाणे भिजत ठेवल्यास व्यवस्थित भिजते.

५. बारदानाच्या पोत्यात बांधून ठेवणे

अत्याधुनिक मशीनमध्ये अशा प्रकारे बियाणे बांधून ठेवण्याची गरज नसते, तेथे एकदा बियाणे ट्रे मध्ये टाकले की, ते भिजते व त्यानंतर त्याचे अंकुरण्याची प्रक्रिया ट्रे मध्येच होते. मात्र, आपल्याकडील सर्वसाधारण मशीनमध्ये बियाणे भिजवल्यानंतर ते वातावरणातील तापमानानुसार १२ ते ३६ तास बारदानात बांधून ठेवल्यास बियाणांना अंकुरित होण्यास चांगले उबदार वातावरण उपलब्ध होते. तसेच बारदान ओले असल्यामुळे बियाणांना आवश्यक असलेले पाणीही बारदानातून मिळते.

ही कमी खर्चाची वाढीव उत्पन्न देणारी पद्धत असून थोडे श्रम वाढत असले तरी एकूण उत्पादनातील वाढ पाहता हे करणे कधीही फायद्याचे आहे. आयसीएआरचे शास्त्रज्ञ डॉ. नाईक यांनी या दोन्ही पद्धतींचा अभ्यास करून हा निष्कर्ष काढला होता, की त्यांना या हायटेक हायड्रोपोनिक चारा युनिटपेक्षा या साध्या कमी खर्चाच्या हायड्रोपोनिक चारा युनिटमध्ये ३० ते ३५% उत्पादन जास्त मिळते. हे वाढीव उत्पादन या साध्या यंत्रात असे बदल केल्यामुळे मिळते.

६. ट्रे मध्ये बियाणे टाकणे

चांगले अंकुरित झालेले बियाणे त्यानंतर ट्रे मध्ये पसरवण्यात येते. ट्रे मध्ये बियाण्याची घनताही उत्पादन वाढीसाठी फार आवश्यक आहे. सर्वसाधारणपणे ३ x २ फुटाच्या ट्रे मध्ये २ ते २.५ किलो बियाणे पसरवल्यास उत्पादन चांगले येते. म्हणजे एका चौरस फुटास ३५० ते ४०० ग्रॅम बियाणे आपण वापरू शकतो. यामुळे अंकुरित झालेल्या बियाण्याची वाढ चांगली होते. तसेच मुळ्यांचे जाळे चांगले

ट्रे मध्ये बियाणे टाकल्यानंतर आपणास फारसे काम नसते. फक्त पुढील काही शक्यता सतत तपासाव्या लागतात.

- सर्व ठिकाणी पाणी पोहोचते का?
- सर्व ठिकाणी चाऱ्याची वाढ एकसारखीच आहे का?
- चाऱ्यामध्ये कुठे रोगराई आहे का?
- तापमानात काही बदल आहेत का?
- आर्द्रता कमी आहे की जास्त?

या घटकांनुसार नियोजनात बदल करावे लागतात.

झाल्याने पाण्याचा निचरा चांगल्या प्रकारे होतो. तसेच अंकुरण क्षमता वाढल्याने बुरशी होण्याची शक्यताही कमी होते. ढोबळमानाने म्हणावयाचे झाल्यास ट्रे मध्ये बियाणे टाकल्यास त्यामधील उंचवटे बियाण्यांनी झाकले पाहिजेत.

बियाणे ट्रे मध्ये टाकताना त्याचे अंकुर मोडणार नाहीत अशा पद्धतीने बियाण्याची हाताळणी करावी. हायड्रोपोनिक ट्रे मध्ये बियाणे टाकताना चांगला थर होईल याची काळजी घ्यावी जेणेकरून बियाण्यामध्ये उबदारपणा निर्माण होईल, की ज्यामुळे बियाण्याच्या गतिमान अंकुरण्यास मदत होते. बऱ्याच वेळेस थंडीचे प्रमाण जर जास्त असेल आणि बियाणे अंकुरित होण्यास उशीर होत असेल तर अशा ट्रेवर बारदान ओले करून टाकावे, यामुळे आतील बियाण्यास उबदार वातावरण मिळून त्याची वाढ जलदगतीने होईल. हे बारदान १ ते ३ दिवस आपण ठेवू शकतो परंतु त्यानंतर बारदान काढून ठेवावे.

७. आर्द्रता नियंत्रण आवश्यक

बियाणे ट्रे मध्ये व्यवस्थित टाकल्यानंतर वातावरणातील तापमान, हायड्रोपोनिक चारा यंत्रातील आर्द्रता यांचा अभ्यास करून आपणास स्प्रिंकलरने पाणी द्यावयाची वारंवारता ठरवावी लागेल. अशा पाण्याच्या वारंवारतेवर हायड्रोपोनिक चारा उत्पादनाचे बरेचसे यश अवलंबून आहे. त्यामुळे यामधील पाणी व्यवस्थापनाचे तंत्र लक्षात ठेवल्यास व त्याप्रमाणे नियोजन केल्यास हायड्रोपोनिक चाऱ्याची वाढ चांगली तर होईलच. परंतु चाऱ्यावर पडणाऱ्या रोगराईचे सुद्धा चांगले नियोजन करता येईल. या तंत्राने आपण हायड्रोपोनिक शेडमधील तापमानही नियंत्रणात ठेवू शकतो.

सर्वसाधारण तापमानाला आपण ४ तासांतून २ ते ४ मिनिटे पाणी पुरवठ्याचे नियोजन करू शकतो. ट्रे मध्ये चांगला उतार असेल तर पाण्याचा निचरा चांगला होतो. त्यामुळे पाणी सर्व ठिकाणी योग्य प्रमाणात

पहिल्या दिवसाची वाढ

दुसऱ्या दिवसाची वाढ

तिसऱ्या दिवसाची वाढ

चौथ्या दिवसाची वाढ

पाचव्या दिवसाची वाढ

सहाव्या दिवसाची वाढ

सातव्या दिवसाची वाढ

आठव्या दिवसाची वाढ

पोहोचते. हेच पाण्याचे वारंवारतेचे प्रमाण आपण जास्त तापमान असल्यास अगदी दोन तासांवर सुद्धा आणू शकतो.

हे सर्व काम आपण हाताने न करता एक यांत्रिक टायमर बसवून करू शकतो. ट्रे मध्ये बियाणे टाकल्यानंतर आपणास फारसे काम नसते. फक्त आपणास पुढील काही शक्यता तपासाव्या लागतात.

- सर्व ठिकाणी पाणी पोहोचते का?
- सर्व ठिकाणी हायड्रोपोनिक चाऱ्याची वाढ एकसारखीच आहे का?
- चाऱ्यामध्ये कुठे रोगराई आहे का?
- तापमानात काही बदल आहेत का?
- आर्द्रता कमी आहे की जास्त?

वरीलपैकी काही बदल दिसल्यास आपल्या नियोजनात बदल करून त्या अडचणींवर मात करू शकतो. अशा पद्धतीने दररोज पाणी दिल्याने हायड्रोपोनिक चाऱ्याची वाढ चांगल्या पद्धतीने होते.

८. आठव्या दिवसाची वाढ

या (आकृतीत दाखवल्याप्रमाणे) वाढीनंतर हायड्रोपोनिक चारा जनावरांना खाण्यास देण्यासाठी योग्य असून तो जनावरांना देता येऊ शकतो. हायड्रोपोनिक चाऱ्याची आवश्यक वाढ ही सर्वसाधारणपणे ७ ते ९ दिवसांत पूर्ण

नवव्या दिवसानंतर हायड्रोपोनिक चाऱ्याच्या गुणवत्तेत फारशी वाढ होत नाही. नवव्या दिवसाच्या पुढे चाऱ्यातील महत्त्वाच्या अन्नद्रव्यांची वाढ होण्यापेक्षा तंतुमय पदार्थांची वाढ जास्त होते.

जनावरांच्या शरीरासाठी तंतुमय पदार्थांपेक्षा प्रथिने, जीवनसत्त्वे तसेच त्यात असणारे उपयोगी घटक महत्त्वाचे असतात. म्हणूनच, आपण योग्य वेळेसचा चारा जनावरांना देणे गरजेचे असते.

होते. यामध्ये नियोजन फारच चांगले असेल व वातावरणाची चांगली साथ असेल तर हा चारा ७ दिवसांतच तयार होतो. नाहीतर पूर्ण वाढ होण्यास ८ ते ९ दिवस लागतात.

आपण जर याचा गुणवत्ता तक्ता पहिला तर नवव्या दिवसानंतर हायड्रोपोनिक चाऱ्याच्या गुणवत्तेत फारशी वाढ होत नाही. नवव्या दिवसाच्या पुढे चाऱ्यातील महत्त्वाच्या अन्नद्रव्यांची वाढ होण्यापेक्षा तंतुमय पदार्थांची वाढ जास्त होते. जनावरांच्या शरीरासाठी तंतुमय पदार्थांपेक्षा प्रथिने, जीवनसत्त्वे तसेच त्यात असणारे उपयोगी घटक महत्त्वाचे असतात. म्हणूनच, आपण योग्य वेळेसचा चारा जनावरांना देणे गरजेचे असते.

९. 'ट्रे'ची साफसफाई

रिकामी होणारा ट्रे काळजीपूर्वक स्वच्छ करणे खूप महत्त्वाचे आहे. कारण बऱ्याच वेळेस वरून आपणास स्वच्छ दिसणाऱ्या ट्रे मध्ये असंख्य जीवजंतू असू शकतात. त्यांचा अनिष्ट परिणाम हायड्रोपोनिक चारा उत्पादकतेवर होऊ शकतो. त्यामुळे तयार झालेल्या ट्रे मधील चारा जनावरांना टाकून झाल्यानंतर सदर ट्रे स्वच्छ पाण्याने धुऊन घ्यावा. त्यानंतर प्रिल किंवा कोणत्याही योग्य जंतुनाशकाने निर्जंतुकीकरण करून व पुन्हा स्वच्छ पाण्याने धुऊन घ्यावा. त्यामध्ये पुन्हा पुढील चारा उत्पादनासाठी वर सांगितल्याप्रमाणे बियाणे टाकावे व पाण्याची व्यवस्था करावी.

म्हणजेच, एक ट्रे टाकला की तो पुन्हा ८ दिवसांनी रिकामा होतो. रिकामा झालेला ट्रे स्वच्छ करून पुन्हा बियाण्यांनी भरायचा हे चक्र एकसारखे चालू राहते व हायड्रोपोनिक चारा उत्पादनातील अखंडता टिकून राहते.

●

७

हायड्रोपोनिक चारा उत्पादन करण्यासाठी वेगवेगळी युनिट

आपल्याकडे उपलब्ध साधनसामग्रीतून आवश्यक जागा उत्पादन हायड्रोपोनिक तंत्राने करताना विविध प्रकारची हायड्रोपोनिक युनिट तयार करता येतात. त्यांची माहिती प्रस्तुत प्रकरणात घेऊ या.

१. अत्याधुनिक (हायटेक) युनिट

अत्याधुनिक हायड्रोपोनिक चारा युनिटला फार मोठा इतिहास आहे. पाश्चिमात्य देशांमध्ये तापमान हे कमीजास्त होण्याचे प्रमाण आपल्यापेक्षा जास्त आहे. त्यामुळे त्या ठिकाणी वातावरणाच्या आधारावर विसंबून व्यवसाय अडचणींचा ठरू शकतो. त्यातूनच अशा सुविधांचा उगम होतो.

अत्याधुनिक हायड्रोपोनिक चारा युनिटमध्ये पफपेनेलचा वापर केलेला असतो. हायड्रोपोनिक चारा युनिट व बाहेरील वातावरणाचा अजिबात संपर्क येऊ नये, अशी यंत्रणा असते. अशा युनिटमध्ये तापमान नियंत्रण करण्यासाठी वेगवेगळी यंत्रणा असते. जर तापमान वाढले तर यातील कुलर हे तापमान कमी करतात. त्याचे नियंत्रण हे आत बसवलेल्या सेन्सरमार्फत नियंत्रित केले जाते. तापमान सेन्सरला दिलेल्या संदेशापेक्षा कमी झाले तर हे सेन्सर या हायड्रोपोनिक चारा युनिटमध्ये बसवलेल्या उष्णता निर्माण करणाऱ्या हिटरमार्फत आवश्यक तेवढे तापमान आल्यावर ही यंत्रणा बंद करतात. अशा प्रकारे या मशीनमधील तापमान नियंत्रणाचे कामकाज चालते. यामध्ये चाऱ्याची वाढ चांगली व्हावी यासाठी ओझोनची यंत्रणा बसवलेली असते, यामुळे या यंत्रातील वातावरण शुद्ध राहते व बुरशीची वाढ यात होत नाही.

हे युनिट पूर्ण किंवा अर्धबंदिस्त असल्यामुळे आतील चाऱ्याच्या वाढीसाठी कृत्रिम विजेची व्यवस्था केलेली असते.

हायटेक हायड्रोपोनिक चारा निर्मिती यंत्र

आतील चाऱ्याची वाढ ही या विजेच्या मदतीने प्रकाश-संश्लेषणाची प्रक्रिया पूर्ण करतात.

पाण्याचे योग्य पद्धतीने नियोजन होण्यासाठी यामध्ये स्प्रिंकलरचा वापर करण्यात आला आहे. पाण्याच्या व्यवस्थापनासाठी टायमर बसवला असून त्यास दिलेल्या संदेशाप्रमाणे किती तासातून किती मिनिटे पाणी चालू ठेवायचे, याचे नियंत्रण होते. या हायड्रोपोनिक चारा युनिटमध्ये वापरलेले पाणी पुन्हा पुन्हा वापरण्यासाठी यंत्राच्या बाहेरच्या बाजूस एक फिल्टर बसवून पाणी फिल्टर केले जाते. त्यामुळे या युनिटमध्ये पाण्याच्या बचतीचे चांगले नियोजन केले जाते.

वरील सर्व युनिटसाठी खर्च येत असल्यामुळे अशा प्रकारच्या, दररोज ६०० किलो चारा तयार करणाऱ्या युनिटची किंमत साधारणपणे १५ लाखाच्या आसपास असते. त्यामुळे अर्थातच उत्पादन खर्च जास्त येतो. यामध्ये वापरण्यात येणाऱ्या पाण्याचा पुन्हा वापर करण्याची पद्धत विकसित केली आहे. या युनिटमध्ये बऱ्याच प्रकारची चारा पिके घेता येतात. ओट व गहू या चारा पिकासाठी थंड व कोरडे वातावरण आवश्यक असल्यामुळे ते नियंत्रित ठेवण्यासाठी उत्पादन खर्च जास्त येतो.

२) मध्यम खर्चाचे हायड्रोपोनिक चारा युनिट

हायड्रोपोनिक चारा निर्मिती ही कमी खर्चाच्या युनिटमध्येही करता येते, हे प्रयोगान्ती सिद्ध झाले आहे. यासाठी आवश्यक असणारे वातावरण आपणास उपलब्ध करून देता येणे आवश्यक आहे. त्यामुळे या युनिटसाठी लागणारा खर्चही कमी जास्त आहे. यामध्ये शेड हे एम.एस. किंवा जी.आय. पाईपपासून तयार करता येते.

१.५ x ८ फूट रॅकची आकृती

या शेडमध्ये ट्रे ठेवण्यासाठी एम.एस. किंवा जी. आय. पाईपपासूनच रॅक्स तयार केल्या जातात. पहिली रॅक जमिनीपासून अर्धा फूट, त्यानंतरच्या सर्व रॅक या दीड फुटाच्या उंचीवर करणे योग्य असते कारण

- या उंचीनुसार सर्व ठिकाणी पाणी पोहोचण्यास मदत होते
- चारा वाढीसाठी उभी मुबलक जागा मिळते.
- हायड्रोपोनिक चारावाढीसाठी मुबलक जागा मिळल्याने हवा खेळती राहते व सूर्यप्रकाशही जास्तीत जास्त प्रमाणात पोहोचतो. यामुळे चारा पिवळा न पडता गडद हिरवा रंग असलेला तयार होतो की जो जनावरांच्या आहारास चांगला असेल.
- खेळत्या हवेमुळे वातावरण चांगले राहिल्यामुळे रोगराईवर नियंत्रण येते.
- या पद्धतीमध्ये आपण ५ रॅक व्यवस्थितपणे हाताळता येतात परंतु ५ पेक्षा जास्त रॅक करावयाच्या असतील तर शिडीचा वापर करावा लागतो. परंतु बऱ्याच युनिटमध्ये असे निदर्शनास आले आहे की पशुपालक ५ पासून वरच्या रॅकचा फारसा वापर करत नाहीत. त्यामुळे ५ रॅक असलेले यंत्रच आपणास वापरणे योग्य वाटते.

पहिली ओळ अर्धा फुट उंचीवर व त्यानंतरच्या ओळीमध्ये दीड फुटाचे अंतर ठेवले आहे.

हे रॅक तयार करताना उंची ही दीड फुटाची ठेवली जाते; परंतु त्यांची लांबी व रुंदी ही ट्रे च्या आकारमानानुसार ठरवली जाते. अशा प्रकारच्या युनिटमध्ये ट्रे हे ३ फूट लांब व २ फूट रुंद अशा आकारचे वापरले जातात. वेगवेगळ्या कंपनीचे वेगवेगळे 'ट्रे' आहेत. काही कंपनी पावणेतीन बाय दोन फूट या आकाराचे 'ट्रे' तयार करतात. त्यामुळे आपल्या रॅकची निर्मिती करण्यापूर्वी आपण 'ट्रे' ची निवड करणे फार महत्त्वाचे आहे. एकदा या ट्रेची निवड झाली की, त्याच्या लांबी- रुंदीनुसार आपण रॅकची निर्मिती करू शकतो. अशा रॅकमध्ये हे 'ट्रे' व्यवस्थितपणे बसणे हा सुद्धा यशस्वी हायड्रोपोनिक चारा उत्पादनासाठी अत्यावश्यक भाग आहे. बऱ्याच वेळेस असे 'ट्रे' योग्य खाचेमध्ये व्यवस्थितपणे

ट्रे च्या मध्यभागी आधार दिला असून याचा उपयोग स्प्रिंकलर लावण्यासाठी होतो.

बसत नसल्यास काम करणारे कामगार 'ट्रे' अयोग्य पद्धतीने लावतात. त्यामुळे अशा ट्रे मधून पाण्याचा निचरा व्यवस्थितपणे होत नाही. परिणामी योग्य उत्पादन मिळत नाही.

रॅक तयार करताना ज्याप्रमाणे उंची महत्त्वाची आहे त्याप्रमाणे त्या रॅकला दिलेला उतारही महत्त्वाचा आहे. हा उतार आपण आतल्या बाजूस किंवा बाहेरच्या बाजूस करू शकतो. मात्र, या उताराच्या दिशेने पाणी येत असल्याने पाण्याचे गटर त्याबाजूस असेल याची खात्री करावी. हा उतार सर्वसाधारणपणे ३ फूट ट्रे च्या लांबीसाठी ६% ते ८% असा ठेवावा. असा उतार ठेवताना आपण ट्रे च्या गुणवत्तेची खातरी करून घ्यावी; जसे की उतार कमी ठेवला व ट्रे तर वजनाने झुकल्यास पाणी साचून राहील व बुरशी वाढीस वातावरण तयार होईल. हा उतार ठेवताना फक्त एकच लक्षात ठेवायचे आहे की पाण्याचा निचरा व्यवस्थितपणे झाला पाहिजे.

असा आराखडा तयार करताना वजनाने ट्रे वाकू नये यासाठी प्रत्येक ट्रे च्या खाली मध्यबाजूस एक आधार द्यावा लागतो. हा आधार ट्रे साठी तर होतोच, शिवाय पाण्याचा स्प्रिंकलर जोडण्यासाठी याचा आधार होतो.

आपण उभ्या रॅक पहिल्या, उतार कसा व किती द्यावयाचा, ते पाहिले. परंतु आता एका रॅकमध्ये किती आडवे ट्रे ठेवायचे ते पाहू. रॅक तयार करताना आडवा आधार किती अंतरावर ठेवायचा, हाही एक महत्त्वाचा मुद्दा आहे. यामध्ये साधारणपणे ३ x २ फूट एका हायड्रोपोनिक चाऱ्याने भरलेल्या ट्रेचे वजन सर्वसाधारणपणे १८ ते २२ किलोच्या दरम्यान असू शकते. त्यामुळे त्यांचे अंतर अशा किती ट्रेचे वजन हे रॅक घेऊ शकतील, त्यानुसार ते ठरवावे लागेल. सर्वसाधारणपणे एका रॅक अंतर्गत उंची १.५ फूट व आडवी रुंदी ४ ते ४.५ फूट म्हणजे चार ट्रे बसतील असे नियोजन केलेले असते.

दोन मांडणींमधील अंतर ४ फूट आवश्यक

या आराखड्यात अशा रॅक तयार झाल्यानंतर त्या दोन्ही बाजूंनी मांडून मधून 'ट्रे' काढणे व टाकण्यासाठी जागा ठेवावी. ही जागा साधारणपणे ४ फुटापर्यंत ठेवू शकतो. यामुळे चाऱ्याचा भरलेला 'ट्रे' सहजतेने आपणास बाहेर घेऊन जाता येईल व पुन्हा 'ट्रे' ठेवता येईल. ही जागा ठेवताना असा विचार करावा की 'ट्रे'ची वाहतूक करण्यास अडचण होणार नाही व जास्त जागा ठेवून आपणास त्याचे तापमान नियंत्रित करण्याचा खर्चही वाढणार नाही, याची दक्षता घ्यावी लागते. आपल्याकडे भरपूर जागा आहे म्हणून जास्त जागा सोडल्यास तापमान व आर्द्रता नियंत्रणाचे कामकाज अडचणीचे होते.

अशा पद्धतीने आपण एम.एस. किंवा गॅल्व्हानाईज एल पाईप वापरून व्यवस्थित आराखडा तयार करू शकतो. गॅल्व्हनाईज पाईप गंजत नाही, परंतु एमएस पाईप गंजू नयेत म्हणून रंग देणे आवश्यक आहे. तसेच त्यास अशा आराखड्यावरील बाजूकडून आपण सरळ शेडनेटने बंद करू शकतो. पाऊस जास्त असणाऱ्या भागात आपण ते त्रिकोणी किंवा अर्धगोलाकार करू शकतो. असे केल्याने

अ) आराखडा सरळ

ब) आराखडा त्रिकोणी

क) आराखडा अर्धगोल

पावसाळ्यात येणारे पावसाचे पाणी बाहेर जाऊन पावसाळ्यातील काळात हायड्रोपोनिक चारा उत्पादनावर होणारे दुष्पपरिणाम टाळता येतील.

अशा प्रकारचा आराखडा नंतर ९०% : १०% सावली असणाऱ्या शेडनेटने आच्छादून घ्यावे. शेडनेट लावताना वाऱ्याने हेलकावे घेऊ नये अशा पद्धतीने बांधावे. शेडनेट हे आतील वातावरण नियंत्रित करण्याचे फार महत्त्वाचे काम करत असल्यामुळे त्याची गुणवत्ता कायम राखली पाहिजे. शेडनेट जास्त करून हिरव्या रंगाचेच वापरावे, त्याचा उत्पादनावर चांगला परिणाम होतो. तो एका बाजूने पूर्ण बंद करून घ्यावा व दुसऱ्या बाजूने त्यास दरवाजा करावा. हा दरवाजा कुलुपबंद असावा.

'ट्रे' ची निवड

हायड्रोपोनिक पद्धतीने चारा उत्पादन घेताना 'ट्रे'ची निवड, गुणवत्ता फार महत्त्वाची आहे. वेगवेगळ्या युनिटमध्ये वेगवेगळे ट्रे वापरले जातात. अशा प्रकारच्या युनिटचा खर्च कमी करण्यासाठी कमी खर्चात चांगले ट्रे उपलब्ध होणे महत्त्वाचे आहे. 'ट्रे'ची निवड करताना त्याची क्षमता ही त्यात टाकल्या जाणाऱ्या बियाण्यापासून तयार होणारे हायड्रोपोनिक चाऱ्याचे वजन पेलणारे असावे. वजनाने ट्रे जर मधोमध वाकत असतील तर अशा 'ट्रे'मध्ये पाणी साचून राहते. परिणामी, पाण्याचा व्यवस्थितपणे निचरा न झाल्याने बुरशी होण्याची शक्यता वाढते. त्यामुळे 'ट्रे'ची निवड करताना या गोष्टीचा प्रामुख्याने विचार करावा.

'ट्रे'ची लांबी ही ३ फूट लांब व दोन फूट रुंद किंवा या मापाच्या आसपास असावी. हा आकार जास्त लहानही वाटत नाही व मोठाही वाटत नाही. यापेक्षा मोठा ट्रे असेल तर त्याचे वजन एका कामगारास सहज उचलणार नाही; कारण या मापाच्या ट्रे मध्ये सर्वसाधारणपणे १६ ते २२ किलो चारा तयार होऊ शकतो. याउलट लहान आकाराचा ट्रे वापरल्यास ट्रे काढणे व ठेवणे यामध्ये फार वेळ जातो; त्यामुळे मजुरीवरील खर्चही वाढण्याची शक्यता असते. कमी आकाराच्या ट्रे साठी हायड्रोपोनिक

मोठ्या 'ट्रे'ची आकृती

प्लास्टिक 'ट्रे'

इकॉनॉमिक ट्रे

आराखडा तयार करताना जास्त खर्च येतो. त्यामुळे ट्रे खरेदी करताना योग्य आकार निवडावा. बऱ्याच वेळेस कमी खर्चाच्या युनिटमध्ये मोठ्या आकाराचे ट्रे परवडत नाहीत, त्यामुळे छोटे ट्रे वापरून आपण उत्पादन घेऊ शकतो.

ट्रे मार्फत सर्व बियाण्यांना एकसारखे पाणी मिळण्यासाठी ट्रे मध्ये लहान उंचवट्यांच्या ओळी असणे आवश्यक आहे. यामार्फत ट्रे मध्ये पडणारे पाणी सर्व भागात समप्रमाणात पोहोचण्यास मदत होते. ट्रे उंचसखल झाल्यास या ओळी किंवा उंचवट्यांमुळे पाणी एकाच जागेवर साचत नाही. या प्रत्येक ओळीच्या शेवटी एक छिद्र ठेवलेले असते, यामधून हे जास्त झालेले पाणी निघून जाऊन त्याचा योग्य पद्धतीने निचरा होतो. 'ट्रे'च्या दोन्ही बाजूस ज्याप्रमाणात ओळी असतील त्याप्रमाणात छिद्रे ठेवलेली असतात, कारण एखाद्या वेळेस जर ट्रे उलट्या बाजूने ठेवले तर पाणी साठणार नाही व काम करणाऱ्या व्यक्तीस प्रत्येक वेळी ट्रे एकाच बाजूने लावण्यास वेळ खर्च करावा लागणार नाही.

ट्रेच्या दोन्ही बाजूस ट्रे ठेवण्यासाठी खाच केलेली असते. या खाचेच्या आधाराने हे ट्रे रॅकमध्ये व्यवस्थितपणे बसू शकतात. तसेच या खाचेच्या मदतीने ट्रे उचलण्याची व्यवस्था होते. ट्रे रॅकमध्ये कोणत्याही बाजूने ठेवला तरी चालतो.

पाणी व्यवस्थापन

या युनिटमध्ये पाण्याचे नियोजन करण्यासाठी आपणास किती ट्रे बसवायचे आहेत, यावरून त्यासाठी किती स्प्रिंकलर लागतील, याचा अंदाज घेता येतो. त्यानंतर त्यासाठी किती एच.पी. (हॉर्स पॉवर)चा विद्युत पंप लागेल

याचे नियोजन करता येतो. सर्वसाधारणपणे २०० ट्रेच्या आराखड्यासाठी आपणास २०० स्प्रिंकलर लागतील. यामध्ये २ एच.पी.चा विद्युत पंप पाण्याच्या टाकीजवळ बसवावा लागतो. पंपापासून पाईपलाईन पुढे हायड्रोपोनिक चारा युनिटकडे घेऊन जाताना मध्ये त्यास फिल्टर लावण्याची आवश्यकता असते. पाण्यात असणारा कचरा स्प्रिंकलरमध्ये जाऊन स्प्रिंकलर बंद पडण्याची शक्यता जास्त असते. यासाठी सव्वा ते दीड इंची पीव्हीसी पाईपलाईन आराखडा असलेल्या ठिकाणापर्यंत आणावी. त्यानंतर त्या एका पाईप लाईनमधून दोन्ही बाजूला पाईप काढावे. या प्रत्येक पाईपसाठी एक व्हॉल्व बसवावा म्हणजे कधी आपणास एकाच लाइनला पाणी द्यावयाचे असल्यास त्याचा फायदा होईल.

या उभ्या पाईप मधून पाच रॅकसाठी पाच लॅटरल टाकावी व या लॅटरलमार्फत प्रत्येक ट्रेवर एक स्प्रिंकलर जोडावा. अशा प्रकारे पाण्याची यंत्रणा जोडून तयार होते. आपण विद्युत पंपांना पुरवठा करताना हा टायमर मार्फतच देतो व या टायमर वर आपणास विविध प्रकारचे पंप चालू-बंद होण्याचे वेळेचे नियोजन करता येते.

पाणी व्यवस्था करण्यासाठी आवश्यक घटक पुढीलप्रमाणे :

अ. विद्युत पंप

आ. टायमर

इ. टाकी

ई. फिल्टर

उ. लॅटरल

ऊ. स्प्रिंकलर

अशा प्रकारे आपले मध्यम खर्चाचे हायड्रोपोनिक चारा उत्पादन युनिट तयार होईल. या पद्धतीचे युनिट हे जास्त दिवस टिकणारे व भक्कम असते. या पद्धतीचे शेड हे मोठ्या क्षमतेसाठी म्हणजे २०० ते ६०० किलो प्रतिदिनापर्यंत केले जाते. ही रचना भक्कम असते व जास्त काळ टिकते. या युनिटसाठी सर्वसाधारणपणे पन्नास हजार ते दीड लाख रुपये खर्च येतो. अशा युनिटसाठी खर्च जास्त असला तरी त्याची क्षमताही जास्त असते, हे आपण लक्षात घ्यायला हवे.

कमी खर्चाचे हायड्रोपोनिक चारा युनिट

या युनिटमध्ये आपल्याकडे उपलब्ध साधन-सामग्रीचा जास्त प्रमाणात वापर करून कमीतकमी खर्चात हे युनिट तयार करण्याचा विचार असतो. शेडची रचना ही बांबू किंवा उपलब्ध लाकडापासून केली जाते. बऱ्याच वेळेस उपलब्ध पत्र्याचे शेड किंवा शेजारील भिंतीचाही वापर केला जातो. हे शेड नंतर ९० टक्के शेडनेटने झाकले जाते. काही शेतकऱ्यांना शेडनेटचा खर्च परवडत नाही, असे शेतकरी जुने बारदान तसेच जुन्या साड्यांचा वापर करतात.सर्वसाधारणपणे या रचनेमध्ये दोन्ही बाजूस तीन-तीन फुटाच्या बांबूच्या तीन किंवा चार रॅक्स तयार केले जातात. या रॅक्समध्ये सोयीसाठी सव्वा ते दीड फुटाचे अंतर ठेवणे योग्य असते. ज्यामुळे स्प्रिंकलरमधून पाणी सर्व ठिकाणी योग्य प्रमाणात पोहोचण्यास मदत होते.

या दोन रॅक्समध्ये येणे-जाणे व ट्रे ठेवण्यासाठी तसेच काढण्यासाठी ट्रे च्या आकारमानानुसार ३ ते ४ फूट जागा सोडली जाते. पाण्यासाठी स्प्रिंकलर व टायमरचा वापर केला जातो. ज्यांना हा खर्च परवडत नाही, ते पाठीवरील पंप तसेच झारीचा वापर करून पाणीपुरवठा करतात. सर्वसाधारणपणे २० किलो ते १५० किलो चारा तयार करण्यासाठी अशा युनिटचा वापर केला जातो. हे मॉडेल ग्रामीण भागात फार प्रसिद्ध आहे. हे मॉडेल तयार करण्यासाठी फारसा खर्च येत नाही. सर्वसाधारण दररोज १५० किलो हायड्रोपोनिक चारा तयार करण्यासाठी आवश्यक असणाऱ्या स्वयंचलित युनिटसाठी २५ ते ३० हजार रुपये खर्च येतो. यामध्ये पाणी व्यवस्थापनाची पूर्ण व्यवस्था ही स्वयंचलित असते. फक्त टायमरला वेगवेगळ्या ऋतुंनुसार सेटिंग्ज कराव्या लागतात. तसेच ऋतुमानानुसार पाण्याची आर्द्रता नियंत्रित करण्यासाठी शेडनेटच्या व्यवस्थित नियोजनाचा आधार घ्यावा लागतो.

दररोज १५० किलो हायड्रोपोनिक चारा निर्मितीच्या युनिटसाठी १२ x ८ फूट जागा

लागते. या युनिटमध्ये सर्वसाधारणपणे एकावर एक अशा ४ लाईन उभ्या करतो परंतु या एकावर एक लाईनची संख्या जर आपण ५ किंवा ६ केली तर आपणास जागा कमी लागते. फक्त ट्रे काढण्यास व ठेवण्यास आपणास अडचण होणार नाही याची दक्षता घ्यावी लागते. बऱ्याच वेळेस आपण कमी जागेची अडचण सोडवण्यासाठी एकावर एक जास्त लाईन तयार केल्या तर अशा वेळेस शिडीचा वापर करून आपण अडचण दूर करू शकतो. सर्वसाधारणपणे असे शेड उभे उभारण्यासाठी एकूण ७५० फूट लांबीचे बांबू लागतील.

१. अशा प्रकारच्या उभारणीमध्ये सोळा उभे डांब एक फूट जमिनीत व ७ फूट जमिनीच्या वर राहतील असे उभे करावे. या साठी यांची लांबी सर्वसाधारणपणे ८ फूट असावी म्हणजे एक फूट आधारासाठी आपणास तो बांबू जमिनीत गाडता येईल. म्हणजे आराखडा उभा करण्यासाठी आपणास ८ फुटाचे १६ म्हणजे एकूण १२८ फूट बांबू लागेल.

२. या नंतर दोन्ही बाजूस चार चार रांगा तयार कराव्यात. अशा रांगा तयार करताना पहिल्या रांगेसाठी जमिनीपासून अर्धा फूट अंतर ठेवावे व पुढील दुसऱ्या, तिसऱ्या व चौथ्या रांगेसाठी दीड फूट एवढे अंतर आवश्यक असते कारण यामुळे ट्रे मध्ये सर्व भागात पाणी व्यवस्थितपणे पोहोचणे आवश्यक आहे. तसेच सर्व ठिकाणी सूर्यप्रकाश पोहोचण्यासही मदत होते. शेवटच्या रांगेसाठी दीडऐवजी दोन फूट जागा सोडावी म्हणजे आपणास ८ फूट लांबीचे बांबू लागतील व त्यांची एकूण उंची सात फूट होईल. एक रांग तयार करण्यासाठी १६ फूट लांबीचे ३ बांबू लागतील म्हणजे दोन बाजूंना दोन व मध्ये एक बांबू 'ट्रे'ला आधार देण्यासाठी आवश्यक असतो. या रांगांना आडवा आधार म्हणून ४ ठिकाणी ३ फुटाचे ४ बांबू लागतील, म्हणजे एक रांग तयार करण्यासाठी १६ फुटाचे ३ व ३ फुटाचे ४ असे मिळून एकूण ६० फूट बांबू लागेल. अशा एकूण एका बाजूस ४ व दुसऱ्या बाजूस ४ अशा एकूण ८ रांगा तयार करण्यासाठी एकूण ४८० फूट बांबू लागेल. या रांगा तयार करताना आतील बाजूचा बांबू २ ते ३ इंचांनी खालील बाजूस घ्यावा, जेणेकरून ठेवलेल्या 'ट्रे'मधील पाण्याचा निचरा होण्यास मदत होईल. सर्वसाधारणपणे एका मीटरसाठी ५ ते ८ सेंटीमीटरचा उतार दिल्यास पाण्याचा योग्य पुरवठा होईल, तसेच व जास्त झालेल्या पाण्याचा निचरा योग्य पद्धतीने होऊन बुरशीचा प्रादुर्भाव होण्याची शक्यता कमी करता येईल.

त्यानंतर हा उभा राहिलेला आराखडा वरच्या बाजूने पूर्ण बंद करण्यासाठी छत्रीच्या आकाराचे छत तयार करावे लागेल. १६ फुटाचे ३ बांबू व आडवे १० फुटाचे ८ बांबू लागतील. म्हणजेच छत तयार करण्यासाठी एकूण १२४ फूट बांबू लागेल. तसेच दरवाजा व मागील बाजूचे झाकण तयार करण्यास सर्वसाधारणपणे ७० फूट बांबू लागेल. अशा प्रकारे एकूण १५० किलो प्रतिदिन क्षमतेचे हायड्रोपोनिक चारा युनिट तयार करण्यास एकूण सुमारे ८०० फूट लांब बांबू लागेल. १८ फुटांच्या एका बांबूची किंमत सर्वसाधारणपणे रुपये ६० असे गृहीत धरल्यास एकूण २,६६० रुपये खर्च बांबूसाठी येईल.

हा बांबूचा तयार झालेला आराखडा ९०:१० अशा प्रकारच्या शेडनेटने पूर्ण आच्छादून घ्यावा लागतो. यामुळे हायड्रोपोनिक चारा उत्पादनासाठी आवश्यक असलेले वातावरण तयार करणे शक्य होते. या पूर्ण १६ x ९ फूट आकाराच्या आराखड्यासाठी १० फूट पन्हा असलेली ७५

फूट शेडनेटची जाळी लागेल. सर्वसाधारणपणे एका मीटरसाठी रु. ७५ दराने गृहीत धरल्यास सुमारे १,७०० रुपयांचे नेट लागेल. या हायड्रोपोनिक चारा युनिटमध्ये दोन्ही बाजूंनी रांगा तयार केल्या असून ट्रे ची हालचाल करण्यासाठी मधील बाजूस ३ ते ४ फुटांची मोकळी जागा ठेवावी लागते. ही जागा ठेवताना ट्रेचा आकार पाहून चाऱ्याने भरलेला ट्रे व्यवस्थितपणे आजूबाजूला धक्का न लागता आपल्याला बाहेर काढता आला पाहिजे. या शेडसाठी आपण बांबूचाच दरवाजा करून शेडनेटने आच्छादित करून घ्यावयास पाहिजे. या दरवाजाचा आकार हा 'ट्रे'ची आत-बाहेर वाहतूक अडचणीशिवाय करता येईल या पद्धतीचा असावा. अशा दरवाजास कुलूप लावून ठेवावे.

हायड्रोपोनिक चारा निर्मिती यंत्रासाठी ट्रेची निवड करणे फार महत्त्वाचे आहे. कारण यातील ५०% खर्च हा 'ट्रे'साठी होत असतो. तसेच हायड्रोपोनिक चाऱ्याची गुणवत्ता व एका किलो बियाण्यापासून मिळणारे चाऱ्याचे उत्पादन हे 'ट्रे'वर अवलंबून असते. तसेच 'ट्रे'च्या अंतर्गत रचनेवर पाणीपुरवठा व पाण्याचा निचरा अवलंबून असल्याने आपणास 'ट्रे'ची निवड करताना ही काळजी घेणे महत्त्वाचे आहे. ट्रे लवचिक असल्यास त्यामध्ये उंच सखलपणा असतो व अशा 'ट्रे'मध्ये पाणी एका जागेवर साचून राहते व याठिकाणी बियाणे कुजण्याची प्रक्रिया चालू होते व बुरशीचा प्रादुर्भाव होऊ शकतो. ट्रे निवडताना 'ट्रे'च्या दोन्ही बाजूस पाण्याचा निचरा होण्यासाठी छिद्रे पाडलेली असावीत तसेच ट्रे मध्ये सर्व भागात पाणीपुरवठा होण्यासाठी उभ्या लाइन असाव्यात जेणेकरून ट्रे जर तिरपा असला तरी या रेषेमुळे शेवटपर्यंत पाणीपुरवठा व्यवस्थित होईल. आपण या युनिटमध्ये रेशीम उत्पादनासाठी वापरले जाणारे ट्रे विचारात घेऊन हायड्रोपोनिक चाऱ्याचे युनिट तयार केले आहे. या ट्रेचा आकार ३ फूट लांब व २ फूट रुंद व ४ इंच उंच असा आहे.

अशा प्रकारे आपला हायड्रोपोनिक युनिटचा पूर्ण आराखडा तयार झाला असून यामध्ये जलसिंचनाची यंत्रणा कार्यान्वित करण्यासाठी आपणास २०० ते ५०० लिटरची एक पाण्याची टाकी लागेल. या टाकीवर अर्धा एचपीची इलेक्ट्रिक मोटर बसवली जाते. पाण्यामधील कचऱ्याने स्प्रिंकलर खराब होऊ नयेत म्हणून इलेक्ट्रिक मोटरच्या पुढच्या बाजूस एक फिल्टर जोडावा लागतो. त्यानंतर प्रत्येक रांगेसाठी आडवी एक स्प्रिंकलर जोडण्याचा पाइप लावून प्रत्येक 'ट्रे'साठी एक स्प्रिंकलर जोडणे आवश्यक असते. हे प्रमाण 'ट्रे'च्या सर्व बाजूस पाणीपुरवठा होतो किंवा नाही हे पाहून स्प्रिंकलरची संख्या कमीजास्त करता येऊ शकते. दररोज १५० किलो हायड्रोपोनिक चारा उत्पादन करण्यासाठी एकूण ६४ ट्रे लागतील, तर एका 'ट्रे'साठी एक स्प्रिंकलर याप्रमाणे ६४ जेट स्प्रिंकलर बसवावे लागतील. स्प्रिंकलरची जागा शक्यतो मधोमध न ठेवता वरच्या बाजूस ठेवावी, जेणेकरून पाणी वरून खाली येऊन सर्व बियांना समप्रमाणात पाण्याचा पुरवठा होईल. बाजारात सध्याच्या दराप्रमाणे पाहिले तर अर्धा एचपी इलेक्ट्रिक मोटर (रु. २०००), फिल्टर (रु. १७००), स्प्रिंकलर (रु. ४००), त्याबाबतची पीव्हीसी पाईपलाईन (रु. २००), लॅटरल (रु. ३६०), व्हॉल्व (रु. १६०), एंड कॅप (रु. २०) तसेच स्थानिक डिजिटल २४ तासाचा टायमर (रु. १८००) इ. पाण्याचे व्यवस्थापन करण्यासाठीची साधने लागतात. या पद्धतीत एकदा वापरलेले पाणी पुनःपुन्हा वापरण्याची सोय केलेली नाही.

यामध्ये वापरलेले स्प्रिंकलर हे साध्या प्रकारचे असून बाजारात असे स्प्रिंकलर ५ ते ६ रुपयांना मिळतात. यांची सर्व बाजूस पाणीपुरवठा करण्याची क्षमता चांगली असून हे स्प्रिंकलर 'जाम' (jam) होण्याचे प्रमाणही कमी आहे. तसेच हे स्प्रिंकलर साफ करणेही सोपे आहे. यामध्ये वेगवेगळ्या प्रकारचे टायमर आपण जोडू शकतो परंतु त्यामध्ये आपणास ठरावीक तासांच्या फरकाने ठरावीक मिनिटे इलेक्ट्रिक मोटर चालू करून बंद करण्याची सोय असावी. अशा प्रकारे आपले दररोज १५० किलो हायड्रोपोनिक चारा निर्मिती युनिट तयार होईल.

इलेक्ट्रॉनिक टायमर

ठरावीक वेळाने पाण्याचा पंप चालू बंद करण्यासाठी माणसाला वेळ द्यावा लागेल व तेवढा वेळ आपणाकडे नाही. तसेच जरी आपण वेळ दिला तरी वेळेत पाणी मिळेल असे सांगता येत नाही. यासाठी इलेक्ट्रॉनिक टायमरचा वापर केला जातो. यामध्ये वेगवेगळ्या प्रकारचे टायमर असू शकतात. यामध्ये विद्युत पंप किती तासाच्या फरकाने चालू झाला पाहिजे व पुन्हा किती मिनिटाने बंद झाला पाहिजे, हे नियोजन आपणास यामध्ये करता येते. खालील आकृतीमध्ये दाखवलेला टायमर हा एल.टी. कंपनीच्या वेगवेगळ्या उपकरणांपासून बनवला

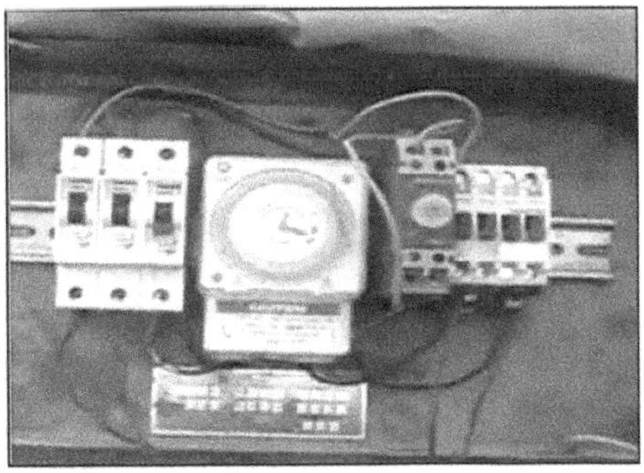

इलेक्ट्रॉनिक टायमर

आहे. यामध्ये २४ तासांसाठी २४ छोटी बटणे दिली आहेत. यातील १ क्रमांकाचे बटन पाठीमागे ओढल्यास पंप रात्री १ वाजता चालू होईल. ४ क्रमांकाचे बटन ओढल्यास रात्री ४ वाजता पंप चालू होईल. अशा पद्धतीने आपणास आपल्या वातावरणाच्या गरजेप्रमाणे हे बटण वापरून पंप किती वेळेने चालू करावयाचा, याचे नियोजन करता येईल.

पंप चालू होईल; परंतु तो किती वेळ चालू ठेवून बंद करावयाचा, याचे नियोजन करणारी वेगळी यंत्रणा यामध्ये असते. यामध्ये एक काटा असतो. तो आपण आपणास किती मिनिटे पंप चालू ठेवायचा आहे. त्यावर ठेवल्यास पंप त्या वेळेप्रमाणे चालू व नंतर बंद होईल. यामध्ये सर्वसाधारणपणे २४ मिनिटांचे नियोजन केलेले असते. अशा पद्धतीने आपण पाहिजे त्या वेळाने व पाहिजे तितका वेळ पंप चालू व बंद करू शकतो.

याशिवाय बाजारात वेगवेगळ्या प्रकारचे डिजिटल टायमरही मिळतात व यामध्ये किती तासांनी पंप चालू करावयाचा व किती वेळ चालू ठेवून बंद करावयाचा, याचे सेटिंग असते. असे बऱ्याच प्रकारचे टायमर आपण तपासून वापरू शकतो. हे टायमर अर्धा एचपी पासून अगदी १ एचपीपर्यंत सुद्धा वापरू शकतो.

विद्युत पंप

हायड्रोपोनिक चारा उत्पादनामध्ये वेळेवर व आवश्यक त्या प्रमाणात पाणीपुरवठा करणे फार आवश्यक असते व त्यावर चाऱ्याची उत्पादन क्षमता, तापमान व रोगनिवारण क्षमता अवलंबून असते. आपण हाताने पाणी देण्याचा प्रयत्न केला तरी आपल्या इतर कामाच्या नियोजनात ही योग्य वेळ साधली जात नाही व त्यामुळे उत्पादन घटते. विद्युत पंप वापरताना तो किती

कमी खर्चाच्या हायड्रोपोनिक युनिटसाठी येणारा एकंदरीत खर्च

या यंत्रासाठी येणारा एकंदरीत खर्च

अ. क्र	तपशील	नग	दर	एकूण किंमत
१	बांबू (१८ फुटी)	४४	६०.००	२६४०.००
२	शेडनेट ९०:१०(मीटर)	२२	७०.००	१५४०.००
३	नट/ बोल्ट (किलो)	१	५००.००	५००.००
४	रंग (आईलपेंट लि.)	१	४००.००	४००.००
५	ट्रें ३ बाय २ फूट जुने रेशीम	६५	२००.००	१३०००.००
६	लेटेरल पाईप (फूट)			३६०.००
७	पीव्हीसी पाईप १ इंची (फूट)			२००.००
८	व्हाल्व	१	१६०.००	१६०.००
९	पीव्हीसी एंड केप	२	४०.००	८०.००
१०	फिल्टर१	१	७००.००	१७००.००
११	इलेक्टिक मोटर एक एचपी	१	३०००.००	३०००.००
१२	टायमर डिजिटल १	१	६५०.००	१६५०.००
१३	स्प्रिंकलर (जेट)	६५	६.००	३९०.००
				२५,६२०.००

कमी खर्चाचे हायड्रोपोनिक चारा युनिट

विद्युत पंप

क्षमतेचा असावा, यासाठी आपण किती स्प्रिंकलर वापरणार आहोत व त्यांची पाणी देण्याची क्षमता किती आहे, यावर अवलंबून असते. सर्वसाधारणपणे १०० किलो प्रतिदिन हायड्रोपोनिक चारा उत्पादनासाठी आपणास ३ x २ फूट आकाराचे ४८ ट्रे वापरावे लागतील व या प्रत्येक 'ट्रे'साठी एक स्प्रिंकलर असे नियोजन केल्यास तर आपणास ४८ स्प्रिंकलर लागतील. त्यांना पाणीपुरवठा करण्यासाठी अर्धा ते पाऊण एचपीचा विद्युत पंप व्यवस्थित पाणीपुरवठा करू शकतो. विद्युत पंप जोडताना स्प्रिंकलरवरील दाब नियंत्रित करण्यासाठी एक रिटर्न व्हॉल्व बसवणे आवश्यक आहे.

फिल्टर

हायड्रोपोनिक चारा यंत्रात आपण वेगवेगळ्या प्रकारचे स्प्रिंकलर लावत असतो व हे स्प्रिंकलर पाण्यातील कचरा किंवा माणीने बंद होऊ नयेत

फिल्टर

म्हणून विद्युत पंपाच्या नंतर व स्प्रिंकलरच्या अगोदर हे फिल्टर लावणे आवश्यक आहे. बाजारात उपलब्ध वेगवेगळे फिल्टर आपण वापरू शकता व त्यांची वेळेनुसार स्वच्छता ठेवणेही आवश्यक आहे. फिल्टरचा वापर केल्याने सर्व स्प्रिंकलरमधून एकसारखा पाणीपुरवठा झाल्याने हायड्रोपोनिक चाऱ्याची वाढ एकसारखी होते.

स्प्रिंकलर

हायड्रोपोनिक चारा उत्पादन पद्धतीत व्यवस्थितपणे पाणीपुरवठा करणे हे उत्पादनाशी निगडित आहे. त्यामुळे 'ट्रे'च्या सर्व भागात एकसारखे पाणीपुरवठा करणारे स्प्रिंकलर आपण वापरू शकता. यामध्ये जेट स्प्रिंकलर– ज्यांची किंमत सर्वसाधारणपणे ५ ते ७ रुपयांच्या

स्प्रिंकलर

फॉगर

४० किलो क्षमतेचे हायड्रोपोनिक चारा निर्मिती युनिट

ज्या दूध उत्पादकांकडे जमीन नाही, मात्र जनावरांसाठी हिरवा चारा आवश्यक आहे असे दूध उत्पादक कमी खर्चाचे हायड्रोपोनिक चारा युनिट तयार करू शकतात.

- अशा युनिटमध्ये पाणीपुरवठ्याची यंत्रणा स्वयंचलित नसते. पाणी पाठीवरील स्प्रे पंपाने किंवा झारीने घालण्याची व्यवस्था करावी लागते.
- यासाठी सर्वसाधारणपणे छोटे ट्रे वापरले जातात. यांचा आकार २ फूट लांब व १.५ फूट रुंद असा असतो, या 'ट्रे'ची किंमत ५० रुपयांच्या जवळपास असते. दररोज ४० किलो हायड्रोपोनिक चारा तयार करण्यासाठी ३६ ट्रे लागतील.
- सर्वसाधारणपणे दररोज ४० किलो हायड्रोपोनिक चारा तयार करण्यासाठी १० फूट लांब व ६ फूट रुंद व ६ फूट उंचीचे शेड करावे लागेल. या शेडमध्ये १० फूट लांबीच्या तीन रांगा एका बाजूस व दुसऱ्या बाजूस १० फुटाच्या तीन रांगा उभ्या कराव्या लागतील. पहिली रांग अर्धा फुटावर, त्यापुढील दुसरी व तिसरी रांग दीड फुटांच्या उंचीवर उभी करावी.
- शेवटच्या रांगेनंतर दोन फूट उंचीवर शेडनेटचे आच्छादन करण्यासाठी बांबूचा आराखडा करून घ्यावा. या सर्व आराखड्यासाठी जवळपास ३५० फूट बांबू लागेल व हा आराखडा नेटने आच्छादून घेण्यासाठी ८ फूट पन्हा असलेले ४० फूट लांब नेट (जाळी) लागेल.

आसपास आहे हे चांगले काम करत असल्याने हेच वापरणे योग्य आहे. तसेच कधी कधी जास्त तापमान असल्यास काही प्रमाणात फॉगर्सचाही वापर करता येऊ शकतो. स्प्रिंकलर लावताना ते किती लांब पाणीपुरवठा करू शकतात व त्यांचे पाणी देण्याचे प्रमाण किती आहे, हेसुद्धा विचारात घेणे महत्त्वाचे आहे.

शेडनेट

हायड्रोपोनिक चारा युनिट तयार करताना कमी खर्चात वातावरण नियंत्रित करणे हे फार मोठे आव्हान असते. यामधील तापमान व आर्द्रता नियंत्रित करण्यासाठी शेडनेटची चांगली मदत होऊ शकते. सर्वसाधारणपणे ९०:१० चे (९०% सावली व १०% ऊन अशी क्षमता) शेडनेट वापरून चांगले नियंत्रण ठेवता येते. शेडमध्ये कोठेही हवा आतबाहेर येण्यास जागा राहू नये म्हणून नेट (जाळी) पूर्णपणे आच्छादून घेणे तसेच दरवाजाही नेटचा करणे आवश्यक असते.नेट लावताना जमिनीच्या बाजूने सर्वसाधारणपणे एक ते दीड फूट दुमडता येईल असे ठेवावे.हायड्रोपोनिक चारा उत्पादनातील कीडनियंत्रणासाठी हे करणे आवश्यक आहे.

•

पीव्हीसी पाईप हायड्रोपोनिक चारा उत्पादन युनिट

कमी खर्चातील हायड्रोपोनिक चारा उत्पादन युनिट तयार करताना कायम वेगवेगळे पर्याय शोधणे आवश्यक आहे. याच विचारातून पीव्हीसी पाइपच्या माध्यमातून असे चारा यंत्र तयार करण्याचा पर्याय पुढे आला. पीव्हीसी पाईपाच्या मदतीने आपण पुढीलप्रमाणे वेगवेगळ्या प्रकारचे चारा उत्पादन युनिट तयार करू शकतो.

१. यू पीव्हीसी पाईप (१ इंची, १० किलो दाब क्षमता)

२. प्लम्बिंग पीव्हीसी पाईप (१ इंची, ६ किलो दाब क्षमता)

३. प्लम्बिंग पीव्हीसी पाईप (१/२ इंची ६ किलो दाब क्षमता)

याविषयी आता विस्ताराने माहिती घेऊ.

१. यू पीव्हीसी पाईप (१ इंची १० किलो दाब क्षमता)

या पाईपची वजन सहन करण्याची क्षमता जास्त असते. यामध्ये आपण जसे बांबूच्या साहाय्याने आराखडा तयार करतो, त्याचप्रमाणे क्षमता यू पीव्हीसी च्या सहाय्याने हा आराखडा तयार करता येते. मात्र हे पाईप महाग आहेत त्याच्या ऐवजी आपण कमी खर्चाचे व त्यापेक्षा कमी ताकदीचे पाईप वापरले तरी चालू शकते हे प्रयोगानुसार सिद्ध झाल्याने आपणास कमी खर्चाचा पर्याय शिल्लक आहे.

२. प्लम्बिंग पीव्हीसी पाईप (१ इंची ६ किलो दाब क्षमता)

या प्रकारच्या प्लम्बिंग १ इंची व ६ किलो दाब क्षमता असणाऱ्या पीव्हीसी पाईपमध्ये कमी खर्चात व तंत्रशुद्ध पद्धतीने हायड्रोपोनिक चारा उत्पादन युनिटची निर्मिती करण्यात येऊ शकते. यासाठी आपणास तक्त्यात दिल्याप्रमाणे साहित्याची आवश्यकता आहे

गोविंद पीव्हीसी हायड्रोपोनिक चारा उत्पादन युनिट ७० ट्रे क्षमता

वर्णन	नग	दर	रक्कम
पीव्हीसी पाईप १ इंच	२०	१५०.००	३०००.००
प्रिन्स टी १ इंचीसाठी	२००	१०.००	२०००.००
कोपरे	२५	८.००	२००.००
स्प्रिंकलर	७०	७.००	४९०.००
ट्रें २ द१.३ फुट	७०	६०.००	४२००.००
तार		४१०.००	४१०.००
विद्युत पंप १ एच पी व फिटिंग	१	२८००.००	२८००.००
टायमर	१	२०००.००	२०००.००
शेडनेट ९०:१० मीटर	१२	७५.००	९००.००
मजुरी			
वाहतूक व उभारणी			
			१६,०००.००

या प्रमाणे एक इंची पीव्हीसी पाईपचा वापर करावा त्या पाईपाचे कटरच्या साहाय्याने आराखडा तयार करण्यासाठी पुढे तक्त्यात दिल्याप्रमाणे तुकडे करून घ्यावेत.

गोविंद पीव्हीसी हायड्रोपोनिक चारा उत्पादन युनिट ७० ट्रे क्षमता

क्र.	आकार	संख्या
१	७ इंची	६
२	१० इंची	३६
३	१३.६ इंची	८
४	१५ इंची	३६
५	४६ इंची	४६
६	८४ इंच	८
७	२ इंच बुश	१००

वरीलप्रमाणे भाग करून नंतर वरील आकृतीत दाखवल्याप्रमाणे जमिनीवर पीव्हीसी पाईपचा आराखडा तयार करून घ्यावा. यासाठी 'T' चा वापर करावा. हा आराखडा तयार करताना ४६ इंच लांबीचा पाईप व १५ इंच लांबीचा पाईप वापरून एक चौकोन तयार करावा व एकावर एक अशा पाच ओळी तयार कराव्यात दोन ओळींमधील उंची ही दीड फुटाची असावी. अशाप्रकारे एका चौकोनात ३ ट्रे बसतात व अश्या एकावर एक पाच ओळीत १५ ट्रे बसतील. असाच एक चौकोन याला जोडूनच शेजारी केल्यास ३० ट्रेंचा आराखडा तयार झाला. असाच आराखडा विरुद्ध बाजूस तयार करावा. म्हणजे आपणास एका बाजूस ३० ट्रे व दुसऱ्या बाजूस ३० ट्रे असा आराखडा तयार होईल.या दोन्ही आराखड्यामध्ये सर्वसाधारणपणे ३ ते ४ फूट जागा ठेवावी. जेणे करून आपणास आतमध्ये ट्रे ठेवण्यासाठी व

काढण्यासाठी जाता येईल.

हे युनिट फार सुटसुटीत व फायदेशीर सुद्धा आहे. या दररोज ८० ते १०० किलो चारा उत्पादन क्षमता असणाऱ्या हायड्रोपोनिक चारा उत्पादन युनिट मध्ये एकूण ७० ट्रे ठेवण्याची सोय केलेली आहे. यामध्ये १ इंचाच्या पाईपचा वापर करण्यात आला असून पूर्ण युनिटसाठी आपणास एकूण २० पाईप लागतात. असे पाईप एकमेकांना जोडण्यासाठी २०० टी 'T' चा वापर केला असून 'L' आकाराच्या १२ सॉकेटचा वापर

करण्यात आला आहे. या मॉडेलचे वैशिष्ट म्हणजे या ट्रे ला उतार देण्याची व्यवस्थाही यात करण्यात आली असून त्यामुळे पाण्याचा निचरा चांगल्या प्रकारे होतो. चाऱ्याची गुणवत्ताही चांगली येते आणि त्यामध्ये रोगराईचे प्रमाण कमी असते.

यामध्ये ७० स्प्रिंकलरच्या साहाय्याने पाणी पुरवठ्याची सोय केलेली असून ५० ट्रे पर्यंत आपण अर्धा एच. पी. विद्युत पंपाचा वापर करावा लागतो. त्यापेक्षा जास्त ट्रे साठी आपणास एक एच. पी. विद्युत पंपाचा वापर करावा लागतो. या आराखड्यासाठी वेगवेगळे टायमर वापरले जातात, त्याची किंमत व गुणवत्ता पाहून टायमर निवडावा. पावसाच्या पाण्याचा निचरा व्हावा म्हणून या आराखड्यास वरून त्रिकोणी आकार दिला त्यामुळे युनिट आतमधून मोठेही वाटते व ट्रे काढण्यासाठी अडचण निर्माण होत नाही. या आराखड्यास नंतर ९०:१० शेडनेटच्या साहाय्याने आच्छादून घेतले जाते. आतमध्ये ये-जा करण्यासाठी शेडनेटचा पडदावजा दरवाजा केला जातो. अशा पद्धतीने आपले ७० ट्रे चे, एक इंची पीव्हीसी पाईपचे हायड्रोपोनिक चारा उत्पादन युनिट तयार होईल. यामध्ये उत्पादन घेण्याची पद्धत ही यापूर्वी दिलेल्या माहिती प्रमाणेच आहे

हे युनिट फार सुटसुटीत असून जास्त फायदेशीर आहे. महाराष्ट्रातून बऱ्याच शेतकऱ्यांच्या सहली आमच्या संस्थेत येत असून अशा प्रकारच्या कमी खर्चाच्या युनिटची माहिती घेऊन त्यांच्या भागात असे युनिट करून त्यांचा फायदा करून घेत आहेत. इतर राज्यातील अनेक शेतकऱ्यांनीही या युनिटची माहिती घेऊन आपल्या भागात असे युनिट सुरू केले आहे.

अर्धा इंची पीव्हीसी

वरीलप्रमाणेच आपण अर्धा इंच पीव्हीसी पाईप वापरून सुद्धा हायड्रोपोनिक चारा उत्पादन युनिट तयार करता येते; परंतु यात बदल एवढाच करावा लागतो की एका ओळीत तीन ट्रे ठेवण्याऐवजी दोनच ट्रे ठेवले जातात. त्यामुळे त्यांचे वजन या पाईपमार्फत पेलले जाईल. बाकी यात फारसा बदल नाही. लहान क्षमतेची हायड्रोपोनिक चारा उत्पादन युनिट करण्यासाठी अशा प्रकारची यंत्रणा आपण वापरू शकतो. ज्या शेतकऱ्यांकडे ५ - ६ जनावरांपेक्षा कमी जनावरे आहेत असे शेतकरी अशाप्रकारची युनिट करू शकतात.

गोविंद पीव्हीसी हायड्रोपोनिक चारा उत्पादन युनिट ६० ट्रे क्षमता

वर्णन	नग	दर	रक्कम
पीव्हीसी पाईप १/२ इंच	२०	८०.००	१६००.००
टी १/२ इंचीसाठी	२००	६.००	१२००.००
कोपरे	१३	५.००	६५.००
स्प्रिंकलर	६०	७.००	४२०.००
ट्रे २ द१.५ फुट	६०	६०.००	३६००.००
तार	१	८०.००	८०.००
विद्युत पंप १/२ एच.पी. व फिटिंग	१	२०००.००	२०००.००
टायमर	१	१२००.००	१२००.००
शेडनेट ९०:१० मीटर	१०	७५.००	७२५.००
मजुरी			६००.००
वाहतूक व उभारणी			५१०.००
			१२०००.००

८

हायड्रोपोनिक चारानिर्मितीमधील महत्त्वाचे घटक

हायड्रोपोनिक पद्धतीने चारा उत्पादन घेताना पुढील गोष्टींची काळजी घेणे महत्त्वाचे आहे. यामध्ये बियाणे, पाणी व्यवस्थापन, रोगनियंत्रण, तापमान व आर्द्रता नियंत्रण या गोष्टींचा प्रामुख्याने विचार करावा लागेल. यावरून त्या त्या भौगोलिक पातळीनुसार हायड्रोपोनिक चारा युनिटमध्ये बदल करावे लागतात. त्यामुळे एखाद्या ठिकाणी जर पाणी चार तासांतून चार मिनिटे दिले जात असेल तर दुसरीकडे तीच पद्धत लागू पडेल असे नाही. कारण त्या भागातील परिस्थिती वेगळी असेल. त्यामुळे वर दिलेल्या सर्व घटकांच्या बदलाबाबत योग्य चर्चा होणे आवश्यक आहे.

यातूनच आपल्याला आपल्या बऱ्याच प्रश्नांची उत्तरे मिळतील. सर्वच अडचणी आपणास लगेच समजतील असे नाही. वेगवेगळे वातावरण व परिस्थिती यांनुसार वेगवेगळ्या समस्या समोर येतात. त्यानुसार योग्य नियोजन करून त्या अडचणी सोडवल्यास हायड्रोपोनिक चारा उत्पादनातील आवश्यक ध्येय गाठता येईल.

हायड्रोपोनिक ट्रे

हायड्रोपोनिक चाराउत्पादनात जास्त गुंतवणूक ट्रे मध्ये करावी लागते. त्यामुळे ट्रेबाबत पूर्ण माहिती असणे आवश्यक आहे. 'ट्रे'च्या गुणवत्तेवर हायड्रोपोनिक चारा उत्पादनाचे यश अवलंबून आहे. अनेकदा आपल्याकडे उपलब्ध वस्तू वापरण्याच्या विचारात हायड्रोपोनिक चारा उत्पादनासाठी आवश्यक मूलभूत तंत्रज्ञानच विसरले जाते, त्यामुळे उत्पादन चांगले येत नाही. ट्रेची निवड करताना पुढील मुद्द्यांचा विचार करणे आवश्यक आहे.

१. आकारमान

हायड्रोपोनिक चारा तयार करताना कामगारांच्या खर्चाचाही विचार होणे आवश्यक आहे. जर 'ट्रे'चा आकार लहान असेल तर असे ट्रे

अ. क्र	तपशील	नग	दर	एकूण किंमत
१	बांबू (१८ फुटी)	२०	६०.००	१२००.००
२	शेडनेट ९०:१०(मीटर)	१२	७०.००	८४०.००
३	नट/ बोल्ट (किलो)	१	२५०.००	२५०.००
४	रंग (ऑईलपेंट लि.)	१	२००.००	२००.००
५	'ट्रे' २ बाय १.५ फूट	३६	५०.००	१८००.००
				४,२९०.००

हाताळताना जास्त मनुष्यबळाची गरज लागते. याउलट मोठ्या आकाराचे ट्रे असतील तर कमी मनुष्यबळ लागेल. जसे २ x १.५ फूट आकारचे दोन ट्रे बाहेर आणणे व ठेवण्यासाठी दोनदा यावे-जावे लागेल, तेच ३ x २ फूट आकाराच्या ट्रेसाठी एका फेरीत काम होईल.

तसेच ट्रे जास्त मोठाही असू नये की जेणेकरून तो उचलण्यासाठी अडचणीचा ठरेल. ट्रे शक्यतो ३ x २ फूट या आकाराच्या आसपास असावा.

२. ट्रेचा मजबूतपणा

ज्या ट्रे मध्ये चारा उत्पादन घ्यावयाचे आहे, तो चाऱ्याचे वजन पेलणारा असावा. ट्रे च्या बाजू भक्कम असाव्यात, कारण ट्रे चे पूर्ण वजन या बाजूंवरच असते व या बाजूच रॅकवर टेकलेल्या असतात.

३. ट्रेचा आतील आराखडा

ट्रे मध्ये बियाणे टाकत असताना ते काही ठिकाणी जास्त तर काही ठिकाणी कमी असे न होता एकसारखे पसरणे सोपे जावे म्हणून ट्रे मधील ओळी सर्वसाधारणपणे अर्धा ते एक सेंटीमीटर उंच असाव्यात. यामुळे पाणीपुरवठाही सर्व बाजूस एकसारखा होतो.

४. पाण्याचा निचरा

पाण्याचा योग्य पद्धतीने वापर केल्याने चाऱ्याची वाढही चांगली होते, तसेच रोगांचे सुद्धा नियंत्रण करणे सोपे जाते. यासाठी वर सांगितल्याप्रमाणे 'ट्रे'मध्ये उभ्या अर्ध्या ते एक सेंटीमीटर उंचीच्या ओळी तयार कराव्या लागतात. या ओळींमुळे पाणी एकाच जागेवर साचून न राहता त्याचा व्यवस्थितपणे निचरा होतो.

तसेच 'ट्रे'च्या अशा ओळींच्या शेवटी पाण्याचा निचरा होण्यासाठी छिद्रे ठेवलेली असतात. ही छिद्रे शक्यतो 'ट्रे'च्या दोन्ही बाजूस ठेवल्यास आपण ट्रेची कोणतीही बाजू उताराकडे ठेवू शकतो.

५. निर्जंतुकीकरण

हायड्रोपोनिक पद्धतीत स्वच्छतेस फार महत्त्व आहे, कारण स्वच्छता व्यवस्थित असेल तर रोगराईचे नियंत्रण करता येईल. ट्रे चा भाग हा जास्त खाचखळगे असणारा नसावा. अशा खाचा असल्यास जीवजंतू लपून बसतील व योग्य वातावरण मिळाल्यास त्यांची वाढ होऊन चारा उत्पादनात बाधा येईल.

गुणवत्तेवर आधरित ट्रे ची निवड केल्याने चारा उत्पादनातील बऱ्याचशा अडचणी दूर होतात.

ट्रेचे प्रकार पुढीलप्रमाणे :

३ x २ फुटाचा सपाट ट्रे

या ट्रे मध्ये ओळी नसल्यामुळे त्यांना आधार राहत नाही, त्यामुळे ट्रे उचलला की तिरका

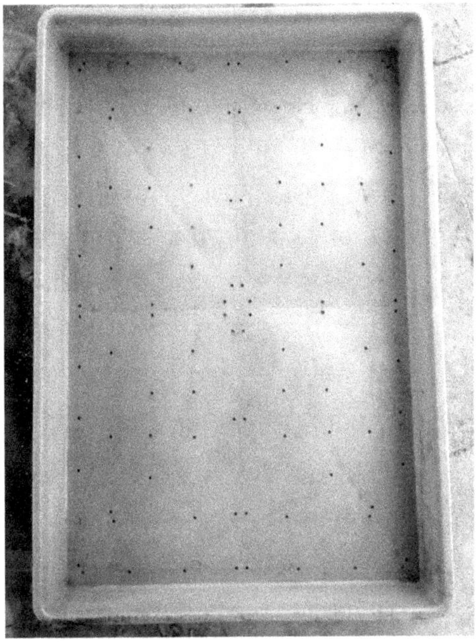

होतो. तसेच असा ट्रे हायड्रोपोनिक चारा युनिटमध्ये कधी कधी खचलेल्या अवस्थेत बसतो, त्यामुळे पाण्याचा व्यवस्थितपणे निचरा होत नाही.

३ x २ फुटाचा ट्रे

हा ट्रे हायड्रोपोनिक चारा उत्पादनासाठी योग्य असून यामध्ये दोन प्रकार आहेत.

१) आडव्या ओळी असलेला ट्रे

या पद्धतीच्या 'ट्रे'मध्ये आडव्या लहान लहान ओळी असतात, त्यामुळे पाणी कमी लागून सर्व भागात व्यवस्थितपणे पाणीपुरवठा होतो. परंतु यामध्ये ट्रेला चांगला उतार देणे आवश्यक आहे. जर उतार दिला नाही तर पाण्याचा निचरा चांगला होत नाही, परिणामी बुरशीची वाढ होण्याची शक्यता अधिक असते.

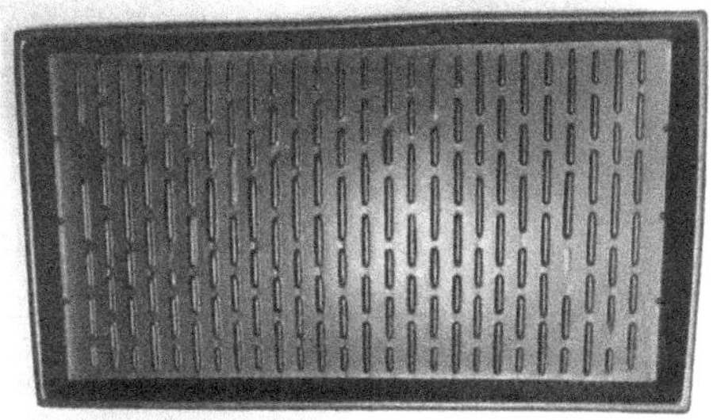

२) उभ्या ओळी असलेला ट्रे

उभ्या ओळी असलेला ट्रे हा गुणवत्तापूर्ण चारा उत्पादनासाठी आवश्यक आहे. कारण यामध्ये पाण्याचा निचरा चांगला होतो आणि सर्व भागात पाणीपुरवठा एकसारखा होतो. या ट्रे ला सर्वसाधारण उतार जरी असला तरी पाण्याचा निचरा व्यवस्थितपणे होतो.

- **कमी खर्चाचा लहान गोविंद ट्रे**

हा ट्रे फारच स्वस्त असून त्याचा आकारही लहान आहे. हा ट्रे हायड्रोपोनिक चारा उत्पादनातील अडचणींचा अभ्यास करून तयार केलेला असून या ट्रे ला चांगली मागणी आहे. नव्याने हायड्रोपोनिक चारा निर्मिती करणाऱ्यांसाठी हा चांगला पर्याय आहे. या ट्रे चा आकार हा २ फूट लांब व १.५ फूट रुंद असा आहे. यामध्ये पाण्याचा निचरा होण्यासाठी मध्ये मध्ये लहान ओळी तयार केल्या आहेत. पाणी ट्रे मधून खाली जाण्यासाठी दोन्ही बाजूंना छिद्रे ठेवलेली आहेत. हा ट्रे फार स्वस्त आहे; मात्र त्याचे आयुष्यमानही वरील ट्रे च्या मानाने कमी आहे.

ट्रे मधील ओळी व निचरा होण्यासाठी छिद्र

बियाणे

हायड्रोपोनिक चारा यंत्रामध्ये वेगवेगळ्या प्रकारच्या बियांचा वापर करता येतो. उदा. मका, गहू, चवळी, ओट इत्यादी. थंड भागामध्ये गहू किंवा ओट यांचे उत्पादन चांगले येते. याउलट उष्ण भागामध्ये मक्याचे उत्पादन चांगले येते.हायड्रोपोनिक पद्धतीमध्ये पिकानुसार पाण्याचे नियोजन करणे आवश्यक असते, नाहीतर पाणी सर्व बियांपर्यंत व्यवस्थित पोहोचत नाही. त्यामुळे बुरशीची वाढ होण्याची शक्यता दाट असते. भारतात मक्याचा वापर जास्त प्रमाणात केला जातो. मका हे सहज व स्वस्तात उपलब्ध होणारे, तसेच चांगले वाढ होणारे पीक आहे.

बियाणे निवडताना ते स्वच्छ, अंकुरित होणारे, कोणत्याही जंतूंची बाधा न झालेले व चांगल्या गुणवत्तेचे असावे. बऱ्याच वेळेस यंत्रावर मशागत केलेल्या मक्याच्या बियाणांचा अंकुर व्यवस्थित राहत नाही. त्यामुळे अशी बियाणे हायड्रोपोनिक चारा यंत्रात उगवत नाहीत. उलट अशी बियाणे पाण्याच्या वापराने कुजतात व एक प्रकारचा वास या चाऱ्यास येतो. अशा बियाणांमुळे बुरशीची वाढ होण्यास मदत होते. त्यामुळे हायड्रोपोनिक चारा उत्पादनात बियाण्यांची निवड ही फार महत्त्वाची बाब आहे. त्यासाठी सुरुवातीस थोडे बियाणे घेऊन त्याची उगवण क्षमता तपासून मगच विकत घ्यावे.

बियाणे भिजवण्याची योग्य पद्धत

हायड्रोपोनिक चारा यंत्रात चारा तयार करण्यापूर्वी हे बियाणे सर्वसाधारणपणे १२ ते २४ तास वातावरणानुसार कोमट किंवा साधारण पाण्यात भिजत ठेवले जाते. यामध्ये वातावरणाच्या तापमानानुसार म्हणजे तापमान कमी असल्यास कोमट पाण्याचा वापर करावा जेणेकरून बियाण्यांचे अंकुरण चांगले होईल.

यानंतर हे बियाणे ट्रे मध्ये पसरले जाते किंवा १२ ते २४ तासासाठी गोणपाटाच्या पोत्यात बांधून ठेवले जाते. अशा प्रकारे बांधून ठेवल्यामुळे आतील बियाणांना अंकुरित होण्यासाठी उबदार वातावरण मिळते व अंकुरित होण्याची प्रक्रिया चांगल्या प्रकारे होते.

बियाणे चांगल्या प्रकारे अंकुरित होण्यासाठी सीड रेटचेही फार महत्त्व आहे. सर्वसाधारणपणे एका चौरस मीटरसाठी ३.५० ते ३.७५ किलो बियाण्यांचा सीड रेट ठेवणे योग्य

होते. कमी सीड रेटमध्ये बियाणास उबदारपणा न मिळाल्यामुळे उत्पादन कमी निघते.

पाणी व्यवस्थापन

हायड्रोपोनिक चारा उत्पादनात पाण्याचे नियोजन हे फार महत्त्वाचे आहे. कमीत कमी पाण्यात चारा तयार करणे हे या तंत्रज्ञानाचे उद्दिष्ट आहे तसेच भविष्यात पाण्याच्या उपलब्धतेवर मर्यादा येत असल्याने पाणी वापराचे तंत्र समजून घेणे आवश्यक आहे. बऱ्याच ठिकाणी हायड्रोपोनिक चार युनिटमध्ये वापरलेले पाणी पुन्हा-पुन्हा वापरण्यासाठी एका ठिकाणी संकलित करून फिल्टर केले जाते. त्यामुळे पाण्याची चांगली बचत होते.

मात्र, अशा पाण्याचा पुनर्वापर करताना फार दक्ष राहावे लागते. स्प्रिंकलर वारंवार खराब होणार नाहीत याची दक्षता घ्यावी लागते. तसेच या चुकीच्या पाणी व्यवस्थापनामुळे हायड्रोपोनिक चाऱ्यात रोगराई होण्याची शक्यता असते. या सर्व गोष्टींचे योग्य नियोजन केले तर पाण्याचा चांगला पुनर्वापर करता येऊ शकतो.

चांगले हायड्रोपोनिक चारा उत्पादन घेण्यासाठी आपणास पाण्याच्या मदतीने आर्द्रता, तसेच तापमान नियंत्रित करावयाचे असून चारावाढीसाठी पाणी उपलब्ध करावयाचे असते. पाण्याचे नियोजन हे हायड्रोपोनिक चारा उत्पादनातील महत्त्वाचा घटक आहे. यामध्ये पाण्याची गुणवत्ता म्हणजे जडपणा, पीएच इत्यादी योग्य प्रमाणात असणे आवश्यक आहे. पाण्याचा पीएच सर्वसाधारणपणे ६ ते ७ च्या दरम्यान असल्यास चाऱ्याची वाढ चांगली होते. पाणी क्षारयुक्त म्हणजे जड असेल तर हायड्रोपोनिक चाऱ्याचा शेंड्याकडचा भाग हा काळा पडतो.

सर्वसाधारणपणे २ ते ४ तासांनी २ ते ४

हायड्रोपोनिक चारा यंत्रातील पाण्याचे पुनर्वापरासाठी नियोजन

मि.लि. पाणी स्प्रिंकलरच्या साहाय्याने देण्यात येते. हेच पाण्याचे नियोजन पावसाळ्याच्या दिवसांत जास्त फरकाने व उन्हाळ्यात कमी फरकाने करावे लागते. पाणी देताना 'ट्रे'साठी पुरेसा उतार ठेवला आहे का, याची दक्षता घेणे आवश्यक आहे. असे केले नाहीतर बुरशीची वाढ होते व काही ठिकाणी चारा उगवण्याचा वेग कमी होतो.

उन्हाळ्यातील पाणी व्यवस्थापन

हायड्रोपोनिक चारा उत्पादनात उन्हाळ्यातील दिवसात किती तापमान आहे, हे पाहून पाण्याचे आवर्तन घ्यावयाचे असते. सर्वसाधारणपणे २५ ते २७ डिग्री सेंटीग्रेड या तापमानापर्यंत आपण ४ तासांतून ४ मिनिटे पाण्याचा पुरवठा करणे आवश्यक असते. जर पाणीपुरवठा करणारी यंत्रणा जवळच असेल आणि पाणीपुरवठा त्वरित चालू होणार असेल तर हे पाणीपुरवठा करण्याचे काम ४ मिनिटांवरून २ मिनिटांपर्यंत आणले तरी चालू शकते. परंतु बऱ्याच वेळेस पाणीपुरवठा करणारी टाकी ही लांब असल्यामुळे व पाईपलाइनमधील हवा जाऊन ट्रे मध्ये पाणी पडण्यासाठी सर्वसाधारणपणे दीड ते दोन

मिनिटे वेळ लागतो. म्हणजे प्रत्यक्षात आपण दोन ते अडीच मिनिटेच पाणीपुरवठा करत असतो. जर तापमान जास्त म्हणजे ३५ ते ४० अंश सें. च्या दरम्यान असेल, त्यावेळेस आपणास काही प्रमाणात फॉगर्सचा वापर करून हवेतील आर्द्रता वाढवावी लागते. यामुळे हायड्रोपोनिक चारा युनिटमधील तापमान झपाट्याने कमी होते व पाणीपुरवठा करण्याचे जे प्रमाण यापूर्वी ४ तासांतून ४ मिनिटे ठेवले होते, ते दोन तासांतून ४ मिनिटे असे ठेवावे लागेल.

जर हायड्रोपोनिक युनिट मोठे असेल व आवश्यक आर्द्रता नियंत्रित होत नसेल तर पाणीपुरवठा करण्याचे आवर्तन २ तासांतून ४ मिनिटांवरून १ तासांतून ४ मिनिटापर्यंत आणले तरी योग्य असते. तापमान वाढले तर चारा उत्पादन आवश्यकतेनुसार येत नाही. यामुळे या पाणी नियोजनाला फार महत्त्व आहे. जर तापमान ४० अंश से.च्या पुढे गेले असेल तर युनिटमधील फॉगर्सची संख्या वाढवून व वर सांगितल्याप्रमाणे १ तासातून ४ मिनिटे पाणीपुरवठा करण्याचे नियोजन केल्यास वाढलेल्या तापमानावर नियंत्रण करून हायड्रोपोनिक चारा उत्पादन घेता येते.

हायड्रोपोनिक युनिटमधील भूपृष्ठाचा भाग हा पाण्याचा निचरा होण्यासारखा असावा. जर मोठे युनिट करायचे असेल तर आतील भाग हा पक्का करून घ्यावा. तसेच दोन्ही बाजूने उतार आतील बाजूस करून आकृतीत दाखवल्याप्रमाणे ट्रेची रॅक व ये-जा करण्यासाठी ठेवलेल्या जागेच्या मध्ये अशी दोन्ही बाजूने 'गटर' करावे. जर आपण छोटे युनिट करणार असाल तर खाली प्लास्टिक पेपर किंवा वाळू टाकून पाण्याचा व्यवस्थितपणे निचरा करू

मोठ्या हायड्रोपोनिक चारा युनिटमधील भूपृष्ठाचा पक्का भाग

छोट्या हायड्रोपोनिक चारा युनिटमधील भूपृष्ठाचा मुरूम टाकलेला भाग

छोट्या हायड्रोपोनिक चारा युनिटमधील भूपृष्ठाचा कागद टाकलेला भाग

शकतो. युनिटमधील पाण्याचा व्यवस्थितपणे निचरा न झाल्यास भूपृष्ठावर दलदल होऊन बुरशी किंवा इतर जीवजंतूंची वाढ होण्याची शक्यता असते. कधीकधी दलदलीत वाढ

झाल्याचे लक्षात आल्यास १% इएम-१ किंवा इएम-२ च्या द्रावणाची भूपृष्ठावर फवारणी केल्यास बुरशी किंवा अपायकारक जंतूंच्या वाढीवर काही प्रमाणात नियंत्रण मिळवता येते. तसेच वातावरणही चारावाढीसाठी पोषक तयार होते.

रोगनियंत्रण

हायड्रोपोनिक चारा युनिटमधील रोगांचे नियंत्रण ठेवण्यासाठी पुढील बाबींवर लक्ष केंद्रित करणे आवश्यक आहे.

१. बियाणे
२. 'ट्रे'ची संरचना
३. वातावरणाप्रमाणे पाण्याची आवर्तने व पाण्याचा निचरा
४. आर्द्रता
५. तापमान
६. हाताळणी व स्वच्छता
७. निर्जंतुकीकरण

हायड्रोपोनिक चारा उत्पादन करावयास सुरूवातीला सोपे वाटते; परंतु त्यातील स्वच्छता व निगा न ठेवल्यास बुरशीसारखे रोग होऊ लागतात व नंतर हे चारा उत्पादन करणे नकोसे वाटते. त्यासाठी बियाण्याच्या निवडीपासून ते ट्रेच्या निर्जंतुकीकरणापर्यंत लक्ष देणे आवश्यक आहे. बियाण्याची निवड करताना मोडतोड झालेले, अंकुरण क्षमता नसलेल्या बियाण्याची निवड करू नये. यामुळे असे बियाणे अंकुरित न होता त्यातील कर्बोदकावर बुरशीजन्य रोगाची वाढ जलद गतीने होते. बऱ्याच वेळेस मशीनवर मळणी केलेल्या बियाण्याच्या अंकुरांना हानी पोहोचलेली असते. ते हायड्रोपोनिक चारा यंत्रात टाकल्यास त्यांची वाढ होत नाही व रोगप्रसारास मदत करतात. त्यामुळे मशीनने व्यवस्थित किंवा हाताने मळणी केलेले धान्य वापरावे.

दक्षता म्हणून इएम (एफेक्टिव माक्रोऑर्गनिझम, मेपल ऑर्गटेक, कोलकाता) द्रावणाने किंवा हायड्रोजन पॅरॉक्साईडच्या द्रावणात बीजप्रक्रिया करून घ्यावी. शेडमध्ये आर्द्रता व तापमान व्यवस्थित ठेवल्यास, चांगल्या बियाण्यांची निवड केल्यास, पाणी व्यवस्थापन योग्यप्रकारे केल्यास व पाण्याचा निचरा व्यवस्थित होण्यासाठी ट्रे ला योग्य उतार ठेवल्यास हायड्रोपोनिक चारा निर्मितीतील बऱ्याच रोगांवर नियंत्रण ठेवता येते.

हायड्रोपोनिक चारा हा नाजूक असून यामध्ये आवश्यक अन्नघटक असल्यामुळे जीव-जंतूंच्या वाढीसाठी एक चांगली जागा असते. त्यामुळे आवश्यक तेवढी स्वच्छता असली पाहिजे. बियाण्यापासून कोणत्याही रोगाचा प्रादुर्भाव होऊ नये म्हणून बियाणे कोणत्या भागातून आणले आहे, त्या भागात पिकांवर कोणते आजार नाहीत ना, याची काळजी घ्यावी. तसेच बियाण्यामध्ये केरकचरा असू नये. वारंवार हायड्रोपोनिक ट्रेंचे निर्जंतुकीकरण करणे आवश्यक आहे.

हायड्रोपोनिक चारा युनिटमध्ये पाण्याचा सारखा वापर करण्यात येत असल्याने ठरावीक कालावधीत ट्रे गुळगुळीत होतात व त्यावर एक प्रकारचा थर येण्याची शक्यता असते व त्यावर जीवजंतूंची वाढ होऊन रोगराई

हायड्रोपोनिक चारा युनिटमधील रोग नियंत्रणासाठी पुढील बाबींवर अवश्य लक्ष ठेवा

१. बियाणे २. 'ट्रे'ची संरचना ३. वातावरणाप्रमाणे पाण्याची आवर्तने व पाण्याचा निचरा ४. आर्द्रता ५. तापमान ६. हाताळणी व स्वच्छता ७. 'ट्रे'चे निर्जंतुकीकरण

वाढण्याची शक्यता असते. यासाठी ट्रे प्रथम कोणत्याही साबणाच्या पावडरने स्वच्छ धुऊन त्यातील चिकटपणा काढून टाकावा. त्यानंतर कोणतेही निर्जंतुक उदाहरणार्थ प्रिल द्रावणाने ट्रे धुऊन पंधरा मिनिटे ते अर्धा तास तसेच ठेवून नंतर स्वच्छ पाण्याने धुऊन घ्यावे. म्हणजे निर्जंतुकीकरणासाठी वापरलेल्या रसायनाचा अंश चाऱ्यात येणार नाही.

याशिवाय हायड्रोपोनिक चारा युनिटमध्ये काम करणाऱ्या व्यक्तींचे हात कायम स्वच्छ असणे आवश्यक आहे. कारण बऱ्याच वेळेस दुसरे काम करत असताना तसेच येऊन युनिटमध्ये काम चालू केल्यास हाताला लागलेल्या जंतूंद्वारे रोगाचा प्रसार होण्याची शक्यता असते.

महत्त्वाची बाब म्हणजे चारा युनिट पाहण्यासाठी लोक येतात व उत्सुकतेने पिकाच्या मुळ्या कशा आहेत, हे पाहण्यासाठी हात लावून हायड्रोपोनिक चाऱ्याची लादी उचलतात व त्यामुळे हाताला असणाऱ्या जिवाणूंमुळे चारा खराब होऊ शकतो. त्यामुळे युनिटमध्ये येणाऱ्या प्रत्येक व्यक्तीच्या हातांच्या स्वच्छतेची काळजी घ्यावी.

तापमान नियंत्रण

चारा युनिटमध्ये तापमान नियंत्रण ही आवश्यक बाब असून याचे योग्य नियोजन केल्यास चांगले उत्पादन मिळते. तापमान नियंत्रणासाठी पुढील बाबींवर लक्ष केंद्रित करावे लागेल.

१. ग्रीननेट (हिरवी जाळी)

२. पाण्याची आवर्तने

३. फॉगर्सचा वापर

४. सेन्सर

पाण्याची आवर्तने व फॉगर्सच्या मदतीने कमी झालेले तापमान नियंत्रित करण्यासाठी महत्त्वाची जबाबदारी असते, ती म्हणजे नेटची. युनिटमध्ये ९०% सावली व १०% सूर्यप्रकाश नियंत्रित करणाऱ्या ९०:१०च्या नेटचा वापर करावा. जर यापेक्षा जास्त सूर्यप्रकाश व कमी सावली असणारे शेडनेट वापरले तर यामधील मोठ्या छिद्रातून आतील दवबिंदू हवेबरोबर बाहेर जाण्याचे प्रमाण वाढेल व आतील तापमान नियंत्रित होण्याचा कालावधी कमी होईल. यासाठी असेच शेडनेट वापरावे. दरवाजा करताना त्यासही शेडनेट लावावे व दरवाजा कायम बंद ठेवता येईल याचे नियोजन करावे.

तापमान नियंत्रणाचे सर्वात महत्त्वाचे काम हे पाणी व्यवस्थापनातील आवर्तनावर अवलंबून

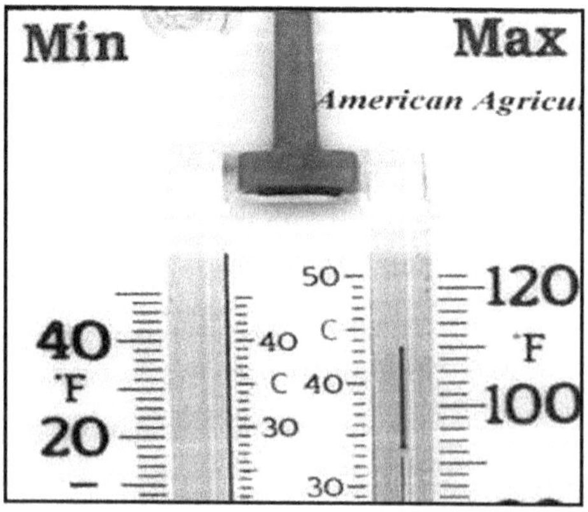

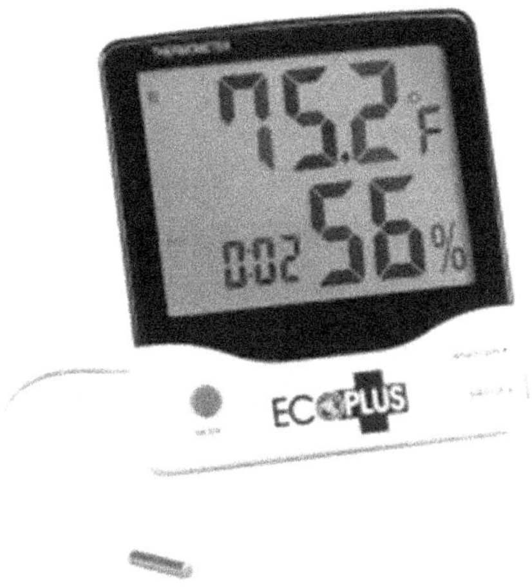

असते. आपणास पाहिजे त्याप्रमाणात आवर्तन ठेवून तापमान नियंत्रित करता येऊ शकते. तापमान स्प्रिंकलरच्या साहाय्याने आवाक्यात येत नसल्यास फॉगर्सचा वापर करता येऊ शकतो.

फॉगर्स जोरदारपणे दवबिंदू वातावरणात सोडत असल्याने तापमान झपाट्याने कमी होते. जास्त असलेले तापमान कमी करण्यासाठीच फॉगर्सचा वापर करावयाचा आहे. यामध्ये फॉगर्स हे प्रत्येक ट्रे साठी न लावता छताला एक किंवा दोन ओळी करून लावावेत.

जास्त मोठे यंत्र असल्यास फॉगर्सच्या वापरासाठी वेगळा विद्युत पंप लावावा. त्यामुळे आवश्यकतेनुसार दाब मिळाल्याने फॉगर्स व्यवस्थितपणे चालतात. तसेच युनिट छोटे असल्यास आवश्यकतेनुसार दाब निर्माण होत असल्यास स्प्रिंकलरच्या पाईपलाईनला जोडूनही फॉगर्सचा वापर करता येऊ शकतो.

मोठ्या युनिटचे तापमान नियंत्रण करणे नुसते स्प्रिंकलरवरच मर्यादित ठेवल्यास आवश्यक तापमान ठरावीक वेळेत नियंत्रित करणे अवघड जाते. त्यामुळे अशा युनिटमध्ये फॉगर्स चालवण्यासाठी वेगळा विद्युत पंप देऊन त्याचे नियंत्रण हे तापमान सेन्सरच्या मदतीने केले जाते. आपण ठरवलेल्या तापमानात जर वाढ झाली तर हा पंप स्वतःहून चालू होतो; जोपर्यंत तापमान आपण ठरवल्याप्रमाणे येत नाही, तोपर्यंत पंप चालतो व तापमान योग्य झाल्यास सेन्सरमार्फत तो बंद होतो. या पद्धतीने तापमान झपाट्याने नियंत्रणात येते.

हायटेक मशीनमध्ये तापमान वाढवण्यासाठी हिटर व कमी करण्यासाठी एअर कंडीशनर बसवलेले असतात. त्यामधील सेन्सरप्रमाणे ही यंत्रणा कार्य करते. परंतु कमी खर्चाच्या युनिटमध्ये तापमानाचे नियंत्रण हे फॉगर्सच्या साहाय्याने केले जाते. म्हणून उन्हाळ्यात जास्त तापमान झाल्यास पाण्याच्या वेळा या दोन तासांवर आणाव्या लागतात. तेच थंडीच्या वेळी हे प्रमाण चार तासांवर ठेवले तरी चालते. थंड वातावरण आवश्यक असणाऱ्या चारा पिकांना उदाहरणार्थ गहू, ओट इत्यादींचे चे चांगले उत्पादन घेण्यासाठी कमीत कमी १० ते १५ व जास्तीत जास्त १५ ते २१ अंश से. असणे आवश्यक असते. ४ अंश से.च्या खाली तापमान गेल्यास चारावाढीवर फार परिणाम होतो.

तसेच उष्ण वातावरण आवश्यक असणाऱ्या चारा पिकासाठी उदाहरणार्थ, मका, चवळी इत्यादींसाठी कमीत कमी १५ ते २० व जास्तीत जास्त २१ ते २८ अंश से. तापमान आवश्यक असते. ३२ अंश से.च्या वर तापमान गेल्यास चारा वाढीवर मोठा परिणाम होतो. त्यासाठी तापमान नियंत्रित ठेवणे फार महत्त्वाचे आहे.

आर्द्रता नियंत्रण

हायड्रोपोनिक चारा उत्पादनात आर्द्रता नियंत्रणावर लक्ष देणे फार महत्त्वाचे आहे.

चांगल्या प्रमाणात चारा उत्पादन मिळण्यासाठी ७०% आर्द्रता नियंत्रित करणे आवश्यक आहे. युनिटमध्ये फॉगर्सच्या मदतीने आवश्यक त्या प्रमाणात आर्द्रता नियंत्रणात ठेवता येऊ शकते. आर्द्रतेचे योग्य नियंत्रण करण्यासाठी शेडनेटची चांगली मदत होते. यामध्ये शेडनेट निवडताना ते ९०% सावली व १०% प्रकाश देणारे निवडावे. त्यामुळे आतील आर्द्रता चांगल्या प्रमाणात नियंत्रित करण्यास मदत होते.

बऱ्याच वेळेस पावसाळ्यात हायड्रोपोनिक युनिटमधील आर्द्रता एकदम वाढते व तापमानही जास्त असते, अशा वेळेस लहान लहान किड्यांचा फार त्रास होतो. त्यामुळे यावेळेस पाण्याच्या पाळ्या वाढवाव्या व शेडनेट खालून एक ते दीड फूट उचलून हवा खेळती राहण्यासाठी जागा उपलब्ध करून द्यावी, जेणे करून आर्द्रता नियंत्रणात येईल व यामुळे चाऱ्याचे प्रति किलो उत्पादन चांगले मिळेल.

•

कमी खर्चाचे, ४० किलो क्षमतेचे हायड्रोपोनिक चारा निर्मिती युनिट

१

हायड्रोपोनिक चारा उत्पादनाचे फायदे

चारा उत्पादनात वेगवेगळ्या वातावरणाचा आणि घटकांचा परिणाम होत असतो. त्यामुळे नियमित चारा उत्पादनावर मर्यादा येतात. त्या सर्व परिस्थितीवर हायड्रोपोनिक चारा निर्मिती पद्धतीने मात करता येते.

▪ कमी जागा

या पद्धतीच्या चारा उत्पादनात फार कमी जागेमध्ये जास्त चारा उत्पादन करून पारंपरिक पद्धतीवर मात केली जाते. अवघ्या ५० चौरस मीटरच्या जागेमध्ये सात दिवसांत प्रति दिवस ६०० किलोपेक्षा जास्त पौष्टिक चारा तयार केला जातो. पारंपरिक पद्धतीत इतका चारा तयार करण्यास साधारणपणे एक हेक्टरपेक्षा जास्त जमीन लागते.

अनेकांना दुग्धोत्पादनाचा व्यवसाय करावयाचा असतो, परंतु पर्याप्त चारा उत्पादनासाठी जागा उपलब्ध नसल्यामुळे त्यांना या व्यवसायात उतरता येत नाही. वर्षानुवर्षे जागेचा प्रश्न गंभीर होत चालला आहे. विभक्त कुटुंब पद्धतीमुळे जमिनीच्या वाटण्या होत आहेत. शहरीकरणामुळे शेतीत उपयोगी जमीन कमी होत आहे. अशा परिस्थितीतून वाढत्या लोकसंख्येला अतिरिक्त अन्नधान्य पुरवठा करण्याचा ताण या कमी झालेल्या शेती क्षेत्रावर आहे. मुक्तसंचार गोठ्यासाठी जास्त जागा लागते. चारा उत्पादनासाठी जमिनीला मर्यादा असून यासाठी काहीतरी नवीन पर्याय शोधणे आवश्यक आहे. हायड्रोपोनिक चारा उत्पादन हा पर्याय आता पशुपालकांना योग्य वाटत आहे.

जनावरांना त्यांच्या एकूण आहाराच्या २/३ अन्नघटक हे चाऱ्यातून देण्यात यावेत व १/३ अन्नघटकांची सोय ही पशुखाद्यातून करावी, असा एक नियम आहे. २/३ चाऱ्यातील अन्नघटकांपैकी पुन्हा २/३ अन्नघटक हे सुक्या चाऱ्यातून व १/३ अन्नघटकांची सोय ही हिरव्या चाऱ्यातून करावयाची असते. म्हणजे ५०० किलो वजन असणाऱ्या जनावरासाठी वरील पद्धतीने १२ ते १५ किलो हिरवा चारा

ट्रे ठेवण्याच्या आधुनिक पद्धतीमुळे हायड्रोपोनिक चारा उत्पादन तंत्रात जागा पारंपरिक पद्धतीपेक्षा खूपच कमी लागते

द्यावा लागेल व अशा प्रकारे ५ जनावरांसाठी हिरवा चारा शेतातून उपलब्ध करण्यासाठी एक एकर क्षेत्र आवश्यक आहे. आजमितीला प्रत्येक पशुपालकाकडे अशी जागा उपलब्ध होईलच असे नाही. त्यामुळे ज्या पशुपालकाकडे जागेचा प्रश्न आहे, असे पशुपालक हायड्रोपोनिक चारा उत्पादन पद्धतीने अवघ्या १०० चौरस फूट क्षेत्रात दररोज वर सांगितल्याप्रमाणे ५ जनावरांना आवश्यक हिरवा चारा तयार करू शकतात. अशाप्रकारे कमी जागेत हायड्रोपोनिक चारा उत्पादन पद्धतीने विक्रमी उत्पादन काढून कमी जागेत दुग्धोत्पादन व्यवसाय करता येऊ शकतो.

- **कमी पाणी**

पशुपालन व्यवसायात पाण्याचे फार महत्त्व आहे. दिवसेंदिवस पावसाचे प्रमाण कमी होत असून पाऊस बेभरवशाचा झाला आहे. अशा परिस्थितीत दुग्धोत्पादन व्यवसाय टिकवून फायदेशीर करणे हे दूध उत्पादकांसमोर मोठे आव्हान आहे. मुक्तसंचार गोठा व्यवस्थापनामुळे ५०% पाण्याची बचत होते, परंतु हिरव्या चाऱ्याच्या उत्पादनास प्रति किलोस ८० लिटर पाणी उपलब्ध करणे अवघड होते. म्हणून हायड्रोपोनिक चारा उत्पादन पद्धतीचा वापर केल्याने काही प्रमाणात ही अडचण सोडवणे शक्य आहे. हायड्रोपोनिक चारा उत्पादन पद्धतीत पाणी हे चाऱ्याच्या वाढीसाठी, युनिटमधील तापमान व आर्द्रता नियंत्रित करणे अशा तिहेरी कारणांसाठी वापरले जाते.

या पद्धतीमध्ये पाण्याचा वापरही फार कमी प्रमाणात होतो, तसेच बऱ्याचशा युनिटमध्ये एकदा वापरलेले पाणी पुन्हा पुन्हा वापरण्याची सोय केलेली असते. सर्वसाधारणपणे पारंपरिक पद्धतीत एक किलो चारा तयार करण्यासाठी

सुमारे ८० लिटर पाण्याची आवश्यकता असते. तुलनेत हायड्रोपोनिक चारा उत्पादन पद्धतीमध्ये पाणी पुन्हा पुन्हा वापरण्याच्या प्रक्रियेत साधारणपणे १.५ लिटर तर पाण्याचा पुन्हा पुन्हा वापर न करता एकदाच वापर करण्याच्या पद्धतीमध्ये साधारणपणे एक किलो चारा तयार करण्यासाठी २ ते ३ लिटर पाणी लागते. पुन्हा पुन्हा वापरलेले पाणी आपण बागेसाठीसुद्धा वापरू शकतो.

जर पाणी पुन्हा वापरावयाचे असेल तर युनिटमध्ये वापरले जाणारे पाणी संकलित करण्यासाठी युनिटमधील खालील भूपृष्ठावरील पाणी योग्य पद्धतीने उतार देऊन व नंतर गटाराच्या माध्यमातून एका टाकीत गोळा केले जाते. गोळा करताना शक्यतो हायड्रोपोनिक चाऱ्यातील कचरा त्यात येऊ नये, म्हणून जाळ्या लावल्या जातात व असे एकत्र संकलित झालेले पाणी नंतर विद्युत पंपाच्या साहाय्याने उचलून हायड्रोपोनिक चारा युनिटमध्ये पुन्हा पुन्हा वापरले जाते. पाणी पंपातून उचलण्यापूर्वी या ठिकाणी एक लहान फिल्टर लावून पाणी फिल्टर करून वापरले जाते; कारण बऱ्याच वेळेला हायड्रोपोनिक चारा युनिटमधील स्प्रिंकलर व फॉगर्स खराब पाण्यामुळे बंद होण्याची शक्यता असते. अशा पाण्याचे ठरावीक कालावधीनंतर निर्जंतुकीकरण करून घेणे आवश्यक असते. कारण कोणतेही रोगराईचे जीवजंतू या पाण्याच्या प्रवाहाबरोबर वाहून येऊ शकतात. त्यामुळे रोगराईचा धोका टाळण्यासाठी पाण्याचे वारंवार निर्जंतुकीकरण करून घेणे फायदेशीर ठरते.

अशा प्रकारे कमी पाऊस असणाऱ्या भागात सुद्धा जनावरांना आपण नुसत्या सुक्या चाऱ्यावर न ठेवता चांगल्या प्रकारच्या गुणवत्तेचा चारा उपलब्ध करून देऊ शकतो.

- **कमी श्रम**

दुग्धोत्पादन व्यवसाय सुरू करण्यापूर्वी आपणाजवळ असणाऱ्या मनुष्यबळाचा विचार करणे आवश्यक आहे. कारण दिवसेंदिवस मनुष्यबळाचा प्रश्न गंभीर होत चालला आहे. जलद औद्योगिकीकरणामुळे आज मजूर गोठ्यात काम करण्यापेक्षा ८ तास काम असणाऱ्या व प्रतिष्ठा असलेल्या औद्योगिक क्षेत्रात काम करण्यास जास्त उत्सुक असतात. त्यामुळे दुग्धोत्पादन व्यवसायासाठी मजूर मिळणे अवघड झाले आहे. त्यामुळे कमी खर्चाचे आधुनिकीकरण करून आपला व्यवसाय फायदेशीर करावयास पाहिजे.

मुक्त संचार गोठ्यांमुळे गोठ्यातील काम ६० टक्क्यांनी कमी झाले आहे; परंतु जनावरांना चारा आणण्यासाठी रोज शेतात जाऊन चारा कापून आणणे व त्यापुढील सर्व प्रक्रियेसाठी भरपूर मनुष्यबळाची आवश्यकता असते. तसेच शेतातून चारा आणणे ही कामगारांना फार कटकटीची बाब वाटत असून अशा कामासाठी मजूर मिळतच नाही. हे सर्व टाळण्यासाठी हायड्रोपोनिक चारा उत्पादन पद्धतीने यातील बरीचशी कामे कमी होतात. तसेच या आधुनिक असलेल्या पद्धतीमध्ये युनिटच्या आतमध्ये सुद्धा ट्रॉली नेऊन चारा उचलून आणण्यापेक्षा ढकलत आणता येऊ शकतो.

या पद्धतीत दररोज ६०० किलो मका चारा तयार करण्यासाठी आपणास एक कामगार पुरेसा आहे. पारंपरिक पद्धतीमध्ये जमीन तयार करणे, पेरणी करणे, तण काढणे, कापणी करणे व कुट्टी करणे यांसारखी कामे करावी लागत नाहीत. चाऱ्याची राखण करावी लागत नाही. एकंदरीत या उत्पादनात कामकाज कमी आहे. यामध्ये विजेचा वापरही कमी होतो. ६००

किलो मका चारा तयार करण्यास हायटेक युनिटमध्ये विजेचे ८ ते १५ युनिट लागतात आणि साध्या हायड्रोपोनिक चार युनिटपेक्षाही कमी वीज लागते.

पशुपालकाकडे जरी जास्त व बागायती जमीन असेल व ती गोठ्यापासून दूर अंतरावर असेल तर पावसाळ्याच्या दिवसांत चारा पावसात कापून बांधावर वाहून आणावयाचा व नंतर त्याची वाहतूक करताना मोठा त्रास व वाढीव खर्चही सहन करावा लागतो. या युनिटद्वारे हे काम सोपे होऊ शकते.

▪ कमी कालावधी

सर्वसाधारणपणे चारा पद्धतीत चाऱ्याचे उत्पादन येण्यासाठी वातावरण पोषक असल्यास ६० ते ९० दिवस लागतात. तसेच एका ठरावीक वेळेस या चाऱ्याची गुणवत्ता अतिशय चांगली असते. नंतर त्यातील फायबरचे प्रमाण वाढून एकूण पचनीय घटकांची टक्केवारी कमी होते. मात्र हायड्रोपोनिक चारा उत्पादन पद्धतीमध्ये चारा आपण गरजेप्रमाणे तयार करू शकतो, त्यामुळे त्यातील गुणवत्ता सतत टिकून राहते. साधारणपणे ८ ते १० दिवसांत हा चारा तयार होतो. दररोज आपण ताजा चारा जनावरास देऊ शकतो. बरेच शेतकरी अडीअडचणीच्या वेळी या पद्धतीचा उपयोग करतात.

हायड्रोपोनिकद्वारे चारा तयार होण्यास जास्तीत जास्त ८ दिवस लागतात. त्यामुळे पुढे ८ दिवस चाऱ्याची कमतरता दिसून येत असल्यास लगेच पुढील नियोजन करणे शक्य होते. तसेच आपणास आवश्यक वाटल्यास हायड्रोपोनिक युनिटमधील कोणत्याही दिवसाचा चारा आपण जनावरांना खाऊ घालू शकतो. त्यामुळे हायड्रोपोनिक चारा कोणत्याही कालावधीत जनावरांना उपलब्ध होऊ शकतो.

▪ सेंद्रिय चारा

हायड्रोपोनिक तंत्राने सेंद्रिय पद्धतीने चारा तयार करता येऊ शकतो. सेंद्रिय दूध उत्पादन करताना यामधून नियंत्रित सेंद्रिय चारा मिळू शकतो. हा चारा तयार करण्यासाठी यामध्ये पाण्याशिवाय कोणतेही रसायन मिसळले जात नाही. बीज प्रक्रियेसाठी सुद्धा जैविक उत्पादनांचा वापर करून पूर्ण सेंद्रिय पद्धतीने हायड्रोपोनिक चारा निर्मिती करता येऊ शकते. बरेच शेतकरी स्वतः सेंद्रिय पद्धतीने उत्पादन केलेली चारा बियाणे वापरतात. बुरशी व इतर रोग पिकास होऊ नये म्हणून तापमान, आर्द्रता, जलव्यवस्थापन, बीजप्रक्रिया इत्यादी बाबींवर लक्ष दिल्याने रासायनिक कीडनाशके न वापरता सुद्धा नियोजन करता येते.

▪ वातावरणाचे दुष्परिणाम नियंत्रित करता येतात

हायड्रोपोनिक चारा निर्मिती तंत्रज्ञान हे वातावरणावर नियंत्रण ठेवून चाऱ्याचे उत्पादन घेण्यासाठी तयार केले आहे. त्यामुळे या युनिटमध्ये तापमान नियंत्रण यंत्रणा कार्यरत असल्याने कोणत्याही तापमानात उत्पादन घेता येते. सर्वसाधारणपणे हायटेक हायड्रोपोनिक चारा युनिटमध्ये तापमान वाढवण्यासाठी ऊर्जानिर्मिती यंत्रे बसवलेली असतात. यंत्रातील तापमानाची सेन्सरमार्फत नोंद घेऊन आपण निर्देशित केलेल्या क्षमतेपेक्षा तापमान कमी झाल्यास ऊर्जानिर्मितीचे कामकाज चालू अथवा बंद करते. अशी यंत्रणा आपणास कमी खर्चाच्या हायड्रोपोनिक चारा युनिटमध्ये राबवता येत नाही. कारण अशा तंत्रज्ञान निर्मितीचा व देखभालीचा खर्च जास्त आहे; परंतु तापमान कमी करण्यासाठीची यंत्रणा ही पाण्यावर आधारित असल्याने आपणास कमी

हायड्रोपोनिक चारा उत्पादन तंत्राचे विविध फायदे

- कमी जागेत अधिक उत्पादन
- पाण्याचा वापर कमी
- कमी श्रमात जास्त उत्पादन
- आठ दिवसाइतक्या कमी कालावधीत हिरवा चारा उपलब्ध
- रसायनांचा वापर टाळून तयार होणारा सेंद्रिय चारा
- वातावरणाचे दुष्परिणाम नियंत्रित करता येतात
- वर्षभर सतत घेता येणारे उत्पादन
- मशागत व तणाचा त्रास नाही
- पौष्टिक व चवदार गरजेप्रमाणे चारा उत्पादन

खर्चात करता येते. सर्व प्रकारच्या हायड्रोपोनिक चारा युनिटमध्ये तापमान कमी करण्यासाठी वरीलप्रकारे नियोजन केलेले असते.

चारा वाढीसाठी आवश्यक आर्द्रता ही सर्व प्रकारच्या हायड्रोपोनिक चारा युनिटमध्ये पाण्याच्या साहाय्याने नियंत्रित केली जाते. मोठ्या व हायटेक युनिटमध्ये हे काम करण्यासाठी आर्द्रतामापक बसवलेली असतात तर कमी खर्चाच्या युनिटमध्ये हे काम पाण्याच्या आवर्तनाने नियंत्रित केले जाते.

चाऱ्याच्या योग्य वाढीसाठी ठरावीक क्षमतेच्या प्रकाशाची गरज असते. बऱ्याच वेळेला जास्त सूर्यप्रकाशामुळे चाऱ्याची वाढ योग्य होत नाही. यासाठी हायड्रोपोनिक युनिटमध्ये प्रकाश हा नियंत्रित करूनच वापरला जातो. हायटेक युनिट हे पफ पॅनेलमध्ये बनवल्यामुळे त्यांना प्रकाशसंश्लेषणाच्या प्रक्रियेसाठी प्रकाश हा कृत्रिमरीत्या पुरवला जातो. तसेच कमी खर्चाच्या हायड्रोपोनिक युनिटमध्ये ग्रीननेट (हिरवी जाळी)चा वापर करून प्रकाश नियंत्रित केला जातो. त्यामुळे वातावरण सूर्यप्रकाशावर अवलंबून न राहता किंवा जास्त सूर्यप्रकाशाने चारा करपण्यापेक्षा त्याची तीव्रता कमी करून हायड्रोपोनिक पद्धतीने उत्पादन घेतले जाते. या पद्धतीने चारा तयार करण्यासाठी वातावरणाचा जास्त फरक पडत नाही. कमी तापमान असले तरी हायटेक युनिटमध्ये तापमान, आर्द्रता, प्रकाश इत्यादीचे कृत्रिम पद्धतीने नियोजन केले जात असल्याने बाहेरील वातावरणाचा हायड्रोपोनिक युनिटमधील चाऱ्यावर फारसा फरक पडत तर नाही तसेच नियंत्रित वातावरणामुळे उत्पादनही चांगले मिळते.

▪ कायमस्वरूपी उत्पादन

हायड्रोपोनिक तंत्राद्वारे वर्षाचे ३६५ दिवस म्हणजे कायमस्वरूपी चारा उत्पादन घेता येऊ शकते. बाहेरील तापमान जास्त असेल तर ते कृत्रिमरीत्या कमी केलेले असते जेणेकरून पिकाची वाढ चांगली होईल. तसेच यामध्ये तापमान, आर्द्रता, प्रकाश इत्यादींचे कृत्रिमरीत्या नियंत्रण करण्यात येत असल्यामुळे वर्षभर केव्हाही चारा उत्पादन घेण शक्य होते.

तक्ता क्र.१ हायड्रोपोनिक तंत्राने उत्पादित केलेल्या मक्याच्या चाऱ्याची दिवसाप्रमाणे बदलणारे गुणतत्त्वे

गुणतत्त्वे	मका बियाणे	हायड्रोपोनिक चारा यंत्रातील अंकुरित झालेले दिवस पारंपरिक पद्धत							
	(० दिवस)	१	२	३	४	५	६	७	८
क्रूडप्रोटिन्स	८.६	८.८	९.१४	९.६५	११.२७	११.५८	१२.८९	१३.५७	१०.६७
इथरएक्स्ट्रॅक्ट	२.५६	२.४९	२.५७	२.८८	३.०८	३.०६	३.२१	३.४९	२.२७
क्रूडफायबर	२.५	२.५५	३.०७	४.७२	५.५१	७.५६	१०.६७	१४.०७	२५.९२
एन.एफ.ई	८४.४९	८४.१५	८२.८७	७९.२	७७.६५	७४.०४	६९.२१	६६.७२	५१.८७
टोटल अंश	१.५७	१.६७	१.८४	१.९२	२.१९	२.४४	३.३४	३.८४	९.३६
इनसोल्युबल(अंश)	०.०२	०.०३	०.०८	०.०९	०.१३	०.१४	०.२४	०.३३	१.४

तपशील	हायड्रोपोनिक चारा		% वाढ
	(-)	(+)	
पचनक्षमता (%)			
ड्राय मटर	६१.१५	६५.३९	६.९४
ऑरगॅनिक मटर	६४.१९	६८.४७	६.६७
क्रूडप्रोटिन्स	६८.८६	७२.४६	५.२३
इथरएक्स्ट्रॅक्ट	८२.०५	८७.६९	६.८८
क्रूडफायबर	५३.२५	५९.२१	११.२
नायट्रोजनफ्री एक्स्ट्रॅक्ट	६७.२३	७०.४७	४.६१
गुणतत्त्वे (%)			
क्रूडप्रोटिन्स	१२.४८	१३.२९	६.४९
डायजेस्टेबल क्रूड प्राटिन्स	८.६१	९.६५	१२.०८
टोटल डायजेस्टेबल न्युट्रिएन्ट	६४.०१	६८.५२	७.०७
दूध उत्पादन			
दूध उत्पादन (किलो / दिवस)	४.०८	४.६४	१३.७३

■ मशागत व तणाचा त्रास नाही

चारा उत्पादनासाठी आपणास जमिनीची चांगली मशागत करून शेतजमीन तयार करावी लागते. मशागत केल्यानंतर खते टाकावी लागतात. पेरणी केल्यानंतर पुन्हा तणांपासून सुटका होण्यासाठी तणनाशके किंवा मजुरांकडून तण काढावे लागते. चारा पिकाच्या योग्य वाढीसाठी खत व रोगनियंत्रणासाठी लक्ष द्यावे लागते. एकंदरीत पारंपरिक पद्धतीने चारा उत्पादन घेण्यास बऱ्याच शेतीच्या कामांमधून पुढे जावे लागते. हायड्रोपोनिक चारा युनिटमध्ये बियाणे एकदा टाकल्यानंतर चारा बाहेर काढण्याशिवाय जास्त काम नसते. यामध्ये तण काढणे किंवा शेतीसारखी मशागत करावी लागत नाही. बरेचसे कामकाज स्वयंचलित यंत्रणेने नियंत्रित केले जात असल्याने दररोजचे काम फारच कमी होते.

■ पौष्टिक व चवदार चारा उत्पादन

हायड्रोपोनिक चाऱ्याची गुणवत्ता चांगली असते, यामध्ये प्रथिने, ऊर्जा, जीवनसत्त्वे, क्षार, एन्झाईम्स व इतर पचनासाठी आवश्यक गुणतत्त्वे जनावरास मिळतात. हा चारा खाण्यास चवदार आहे तसेच जास्तीत जास्त पचनीय आहे. त्यामुळे जनावरे आवडीने खातात. यामध्ये कुठले रसायन, हार्मोन्स, कीडनाशक व घातक अंश नसतात. हायड्रोपोनिक चारा हा पारंपरिक चारा उत्पादनापेक्षा अधिक गुणतत्त्वेयुक्त असतो, ते खालील तक्त्यात दाखवण्यात आले आहे. यामध्ये क्रूड प्रोटिन्स, इथरएक्स्ट्रॅक्ट, नायट्रोजन फ्री एक्स्ट्रॅक्ट (एन एफ ई.) वाढलेली आढळतात तर क्रूड फायबर एकूण अंश व विद्राव्य अंशाचे प्रमाण कमी झालेले दिसते.

मोड आलेल्या धान्यामध्ये सर्वांत जास्त एन्झाईम्स असतात. सर्वसाधारण अंकुरित होण्यापासून ते ७ दिवसांपर्यंत एन्झाईम्सची कार्यक्षमता सर्वाधिक असते. यामध्ये बीटा-केरोटीन, जीवनसत्त्व क व जीवनसत्त्व इ. महत्त्वाची अँटि-ऑक्सिडंट तसेच सेलेनियम व झिंकसारखी महत्त्वाची दुर्मीळ जीवनसत्त्वेही जास्त प्रमाणात असतात.

मोड आलेल्या धान्यामध्ये एन्झाईम्सचे प्रमाण जास्त असल्यामुळे हे जनावराच्या आहारातील आम्लता नियंत्रित करण्याचा प्रयत्न करते. जनावराची पचनक्षमता चांगली बनवते व रोगप्रतिकारशक्ती वाढवते. तसेच जनावरास अनावश्यक असणारी व धान्यामध्ये असणारे ॲन्टी-न्युट्रिशनल घटक उदाहरणार्थ, फायटिक

गुणवत्तापूर्ण हायड्रोपोनिक चारा

- प्रथिने, ऊर्जा, जीवनसत्त्वे, क्षार, एन्झाईम्स व पचनासाठी आवश्यक इतर गुणतत्त्वे मुबलक प्रमाणात.
- जनावराची पचनक्षमता चांगली बनवते व रोगप्रतिकारशक्ती वाढवते.
- हायड्रोपोनिक चारा खाण्यास चवदार असून मुळांसकट खाता येतो.

हायड्रोपोनिक चारा तंत्र वापरणाऱ्या पशुपालकांच्या काही नोंदी

अ. क्र.	शेतकऱ्याचे नाव आणि गाव	गायांची संख्या	दररोज उत्पादित होणारे दूध (लिटर)	हायड्रोपोनिक चारा तयार करण्यासाठी वापरलेले साहित्य	वापरले जाणारे बियाणे	बियाणे कोठून घेतले जाते	हायड्रोपोनिक चारा तयार करण्यासाठी आलेला खर्च (रूपये)	दररोज तयार होणारा चारा	हायड्रोपोनिक चारा तयार करण्यासाठी येणारा प्रति किलो खर्च (रूपये)	हायड्रोपोनिक चारा दिल्यामुळे दुधाच्या प्रमाणात होणारी वाढ	प्रत्येक गायीमागे दर दिवशी शेतकऱ्याला मिळणारा फायदा	हायड्रोपोनिक चारा दिल्यामुळे शेतकऱ्याच्या निदर्शनास आलेल्या इतर बाबी
१	अनिल निंबाळकर विंचुर्णी, ता. फलटण	८	७०	लाकडी	मका आणि गहू	स्वतःचे	२५,०००	१२५ किलो	२.५	१.५	४५	दुष्काळात अखंड हिरवा चारा
२	धनाजी जाधव आदर्की, ता. फलटण	१५	१६०	लाकडी	मका	स्वतःचे	२०,००० आणि घरचे साहित्य	२००	२	१	४०	आरोग्य आणि माज यांमध्ये फरक जाणवला.
३	विजय जाधव आदर्की, ता. फलटण	५	४०	लाकडी	मका	स्वतःचे	१०,०००	७५	२.५	०.७५	४५	फॅट आणि एस एन.एफ. वाढला.
४	सूर्यकांत झणझने सासवड ता. फलटण	९	१००	लाकडी	मका	स्वतःचे	१५,०००	१२५	२.७५	१.५	४०	दुधाची चव गोड झाली.
५	सुरेश भोसले सासवड ता. फलटण	५	६०	लाकडी	मका	स्वतःचे	१२,०००	७५	२.५	१	४०	दूध पांढरे झाले.
६	बाळासाहेब झणझने सासवड ता. फलटण	१०	८०	लाकडी	मका	स्वतःचे	२०,०००	१००	२.५	०.५	२५	मजुरीवरील खर्च कमी झाला.
७	आप्पासाहेब झणझने सासवड ता. फलटण	१०	९०	लाकडी	मका	स्वतःचे	१८,०००	१००	२.७५	०.७५	३०	कमी जागेचा वापर

हायड्रोपोनिक चारा तंत्र वापरणाऱ्या पशुपालकांच्या काही नोंदी

अ. क्र.	शेतकऱ्याचे नाव आणि गाव	गायांची संख्या	दररोज उत्पादित होणारे दूध (लिटर)	हायड्रोपोनिक चारा तयार करण्यासाठी वापरलेले साहित्य	वापरले जाणारे बियाणे	बियाणे कोठून घेतले जाते	हायड्रोपोनिक चारा तयार करण्यासाठी आलेला खर्च (रूपये)	दररोज तयार होणारा चारा	हायड्रोपोनिक चारा तयार करण्यासाठी येणारा प्रति किलो खर्च (रूपये)	हायड्रोपोनिक चारा दिल्यामुळे दुधाच्या प्रमाणात होणारी वाढ	प्रत्येक गायीमागे दर दिवशी शेतकऱ्याला मिळणारा फायदा	हायड्रोपोनिक चारा दिल्यामुळे शेतकऱ्याच्या निदर्शनास आलेल्या इतर बाबी
८	अजय शिंदे डिस्कळ, ता. सातारा	१२	१२०	लोखंडी	मका	फलटण मार्केट	२५,०००	१२५ किलो	२.७५	१	४५	कमी पाणी लागले.
९	कल्याण गावडे आदर्की, ता. फलटण	१२	११०	लोखंडी	मका	फलटण मार्केट	७५,०००	२००	३.५	१.५	४०	कमी जागा, उन्हाळ्यातील हिरवा चारा उपलब्ध, गाभण प्रमाण वाढले.
१०	बाळासाहेब शेंडगे बरड, ता. फलटण	८	८०	लाकडी	मका	स्वतःचे	१०,०००	७५	२.५	१	४५	दूधाची चव गोड झाली
११	सचिन शेडगे सरडे ता. फलटण	९	७०	लाकडी	मका	स्वतःचे	१५,०००	१२५	३	०.५	४०	दुधाची गुणवत्ता वाढली.
१२	बाळकृष्ण नाले विडनी ता. फलटण	१५	१८०	लाकडी	मका	स्वतःचे	१२,०००	७५	२.७५	१.२	४०	अंगाला चकाकी आली, रोगप्रतिकार शक्ती वाढली.
१३	मदने पिलीव पिलीव, ता. माळशिरस	५	४५	लाकडी	मका	फलटण मार्केट	२०,०००	१००	३	०.५	२५	कमी जागा, ओला चारा उन्हाळ्यातही उपलब्ध झाला.
१४	विजय पवार मुंजवडी, ता. फलटण	१५	१२०	लाकडी	मका	स्वतःचे	१८,०००	१००	२.३	१	३०	कमी जागा, पशुखाद्य कमी केले.

ॲसिड इ. शरीराच्या बाहेर टाकण्यास मदत करते, जे जनावरास हानिकारक असतात. यामध्ये जास्त प्रमाणात क्लोरोफिल व इतर महत्त्वपूर्ण घटक असतात, जे जनावराचे आरोग्य चांगले ठेवून दूध उत्पादनवाढीस मदत करतात. या आहारातील ऊर्जेचे प्रमाण सुरुवातीस वापरल्यामुळे काही अंशी कमी होते.

हायड्रोपोनिक चाऱ्याला गोड चव असून जनावरे आवडीने खातात. यामध्ये चाऱ्याबरोबर पांढरी मुळेसुद्धा जनावरे आवडीने खात असल्याने चाऱ्याचा पूर्ण भाग वापरला जातो. त्यामुळे काहीही वाया जात नाही. एका जनावरास २५ किलोपर्यंत चारा (मर्यादित वाळवलेला पशुखाद्य चारा) देऊनही चांगले उत्पादन घेऊ शकतो. या चाऱ्याचा आहारात वापर केल्याने जनावराची पचनाची क्षमता कशी वाढते, ते पुढील पानावरील तक्त्यामध्ये पाहू.

अनेक शास्त्रज्ञांनी हायड्रोपोनिक पद्धतीने झालेल्या दूध उत्पादन वाढीबाबत अहवाल प्रसिद्ध केले असून १९८८ साली रेड्डी यांनी केलेल्या अभ्यासात त्यांना दूध उत्पादनात (९.३% एफसीएम) ७.८% वाढ झाल्याचे आढळून आले आहे तर २०१२ मध्ये झालेल्या अभ्यासात १२.५% वाढ आढळून आली. डॉ. नाईक, आयसीएआर, गोवा यांच्या अभ्यासात दुधाळ गाईंच्या दूध उत्पादनात १३.७३% वाढ आढळून आली. गोविंद दूध उत्पादकांमध्ये ही वाढ साधारणपणे ०.५ ते २.५० लिटर पर्यंत आढळून आली आहे. दिवसाला प्रति गाय २५ ते ५० रुपये इतका जास्त फायदा हायड्रोपोनिक चारा वापरापासून दूध उत्पादक शेतकऱ्यांना होत आहे. पशुखाद्याचा खर्च कमी होत असून जनावरांचे आरोग्य व गाभण राहण्याच्या प्रमाणात वाढ होत आहे. दुधाचा रंगही पांढरा होत असून चव गोड येत आहे.

▪ गरजेप्रमाणे चारा उत्पादन

पारंपरिक पद्धतीमध्ये बऱ्याच वेळा गरजेपेक्षा जास्त उत्पादन होते. त्यामुळे चाऱ्याचे नुकसान होते तर बऱ्याच वेळेला चारा पुरत नाही.परंतु हायड्रोपोनिक चारा उत्पादनात गरजेनुसार ट्रे लावल्यास आवश्यक तेवढा चारा उपलब्ध होतो व नुकसान होत नाही. तसेच हा चारा पौष्टिक असल्यामुळे जनावरे आवडीने खातात व चारा वाया जात नाही. वर्षभर पाहिजे तेवढे चारा उत्पादन आपण घेऊ शकतो.

●

१०

हायड्रोपोनिक चाऱ्याचा जनावरांच्या आहारात वापर

ज्या वेळेस आपण धान्य भिजत घालून त्याला मोड आणतो, त्यावेळेस या धान्यातील बरेचसे अन्नघटक हे अवघड माध्यमातून पचनासाठी योग्य असणाऱ्या सोप्या माध्यमात रूपांतरीत होतात. तसेच बरेच घटक जे शरीरातील इतर अन्नघटकांचे पचन घडवून आणण्यासाठी आवश्यक आहेत, ते कार्यान्वित होतात व त्यामुळे शरीरातील बऱ्याच प्रक्रिया या व्यवस्थितपणे चालतात. तसेच हायड्रोपोनिक पद्धतीने तयार केलेल्या चाऱ्यात पूर्वी असलेले घटक तर कार्यान्वित होतातच आणि ते शरीरास अधिकाधिक उपलब्ध होतात. असा चारा जनावरांना खाण्यास आवडणारा व चांगल्या चवीचा असतो. या चाऱ्याची पचनीय क्षमता बऱ्यापैकी वाढलेली असते.

काही प्रकारची धान्ये आपण जनावरास आहे तशी खायला देऊ शकत नाही कारण अशा कच्च्या धान्यात काही असे घटक असतात की जे जनावरांच्या शरीरासाठी अपायकारक असतात. परंतु असेच धान्य मोड आणल्यानंतर किंवा हायड्रोपोनिक चाऱ्यात रूपांतरीत झाल्यास जनावरांच्या शरीरासाठी अपायकारक असण्यापेक्षा उपयोगी होतात. उदाहरणार्थ, कच्चे सोयाबीन जनावरांना आहारात देऊ शकत नाही कारण त्यात ट्रिप्सीन इनहिबिटर हे घातक रसायन असते. हे शरीरात पचनासाठी मदत करणाऱ्या ट्रिप्सीनचा पुरवठा थांबवते. परंतु जर सोयाबीनचा हायड्रोपोनिक चारा तयार केला किंवा मोड आणून जनावरांच्या आहारात दिल्यास असे घातक रसायन तयार होत नाहीत तर अनेक महत्त्वाची अमिनो आम्ले ही सोप्या माध्यमात शरीरात पचनासाठी उपलब्ध होतात.

हायड्रोपोनिक चारा हा पौष्टिक व लुसलुशीत असून त्याची चव चांगली असल्याने जनावरे हा चारा आवडीने खातात. त्यापासून दूध उत्पादन, दुधाची गुणवत्ता, जनावराची

रोगप्रतिकार शक्ती, जनावराची त्वचा, गाभण राहण्याचे प्रमाण, जनावराची चयापचयाची क्रिया असा सर्वांगीण फायदा होतो. या सर्व कारणांमुळे हायड्रोपोनिक चारा हा जनावरांसाठी हा चांगला आहार असतो.

जनावरास त्याच्या वजनाच्या २.५ ते ३% इतका (शुष्क स्वरूपात) वजनाचा आहार उपलब्ध होणे आवश्यक आहे. ५०० किलो वजन असणाऱ्या जनावरास एकूण १५ किलो (शुष्क स्वरूपात) आहार देणे आवश्यक आहे, असा सर्वसाधारण नियम आहे. याप्रमाणे पाहिले तर वरील आहाराच्या २/३ आहार हा चाऱ्यातून तर १/३ आहार हा खुराकामधून देणे आवश्यक आहे. वरील सर्व आहार हा शुष्क स्वरूपात दाखवण्यात आला आहे.

अशाच आहारानुसार जर आपण स्वरूप ठरवले तर पुढीलप्रमाणे चारा देण्याचे नियोजन करावे लागेल :

१. सुका चारा

सुक्या चाऱ्यात सर्वसाधारण १०% पाणी असते. आपणास ५०० किलो जनावरासाठी एकूण १५ किलो आहार द्यावा लागेल आणि त्यापैकी २/३ म्हणजे १० किलो अन्नघटक हे चाऱ्यातून द्यावे लागतील.

या १० किलो चाऱ्यापैकी २/३ अन्नघटक हे सुक्या चाऱ्यातून देणे आवश्यक आहे. म्हणजे ६.७ किलो चारा द्यावा लागेल. हे वजन शुष्क आधारावर (पाणी विरहित) असल्याने सुक्या चाऱ्यात १० टक्के पाणी असते. म्हणून आपण ६.७ मध्ये १०% मिळवल्यास प्रत्यक्ष आहारात सुका चारा किती द्यावयाचा आहे, हे निश्चित समजेल.

अशा पद्धतीने ७.४ किलो आहार हा सुक्या चाऱ्याचा द्यावा लागेल.

२. हिरवा चारा

वरीलप्रमाणे आहाराचे नियोजन केले तर एकूण चाऱ्याच्या १/३ भाग म्हणजे ३.३ किलो (शुष्क प्रमाणात) घटक हे हिरव्या चाऱ्यातून द्यावे लागतील. आता हिरव्या चाऱ्यातील पाण्याच्या प्रमाणाचा विचार केला तर सर्वसाधारणपणे हिरव्या चाऱ्यात ८०% पाण्याचे प्रमाण असते. यावरून आपणास शुष्क प्रमाणात ३.३ किलो हिरवा चारा म्हणजे प्रत्यक्षात तो ८०% जास्त म्हणजे १३.२ किलो हिरवा चारा द्यावा लागेल.

३. खुराक

वरील नियमाप्रमाणे खुराकाचे प्रमाण पाहिले तर एकूण आहाराच्या १/३ म्हणजे ५ किलो (शुष्क प्रमाणात) घटक हा खुराकातून द्यावा लागेल.

यामध्ये पाण्याचे प्रमाण गृहीत धरून प्रत्यक्षात खुराकाचे आहारातील प्रमाण मोजावयाचे असेल तर खुराकामध्ये सर्वसाधारणपणे ८ ते ९% पाण्याचे प्रमाण गृहीत धरून आपणास ५.४ किलो एवढा खुराक जनावरास द्यावा लागेल.

- सुका चारा ७.४ किलो
- हिरवा चारा १३.२ किलो
- खुराक ५.४ किलो

म्हणजे सर्वसाधारणपणे ५०० किलो वजन असणाऱ्या जनावराचा आहार हा वरीलप्रमाणे २६ किलो असू शकतो. यामध्ये हायड्रोपोनिक चाऱ्याचा वापर कसा व किती करता येईल, ते पाहू शकतो. तसेच चाऱ्याला काहीसा पर्याय म्हणून आपण हायड्रोपोनिक चाऱ्याचा चांगला वापर करू शकतो. परंतु याठिकाणी हे सांगणेही तितकेच महत्त्वाचे आहे की हायड्रोपोनिक चारा हा फक्त हिरव्या चाऱ्याला पर्याय म्हणून आहेच पण त्याबरोबरच त्यातील काही महत्त्वाचे घटक उदाहरणार्थ, एन्झाइम्स, अँटी-ऑक्सिडंट हे घटक शरीरपोषणासाठी व चयापचयाच्या प्रक्रियेसाठी फार महत्त्वाचे आहेत. अशा प्रकारचे महत्त्वाचे घटक हे पारंपरिक चाऱ्यातून मिळत नाहीत. त्यामुळे याकडे नुसता चारा म्हणून न बघता यातील मिळणाऱ्या घटकांकडे व त्यातून जनावरास होणारा फायदा व आपणास कमी खर्चात मिळणारे जास्त व गुणवत्तायुक्त उत्पादन याकडे लक्ष देणे आवश्यक आहे. यामधील पाण्याचे प्रमाण हे ९०% पेक्षा जास्त असते. त्यामुळे शरीरासाठी आवश्यक शुष्क घटकांची गरज फक्त हायड्रोपोनिक चाराच भागवेल असे नाही. म्हणून हायड्रोपोनिक चाऱ्याबरोबर सुका चारा व खुराक देणे अत्यंत गरजेचे आहे.

हायड्रोपोनिक चारा हा पचनास सोपा व चवीने गोड असल्यामुळे जनावरे आवडीने खातात. त्यामुळे कितीही चारा खाण्यात आला तर त्यापासून जनावरांना अपायकारक असे काही होत नाही. त्यामुळे जनावरांना ५ किलोपासून २५ किलोपर्यंत त्यांच्या शरीराच्या गरजेनुसार हायड्रोपोनिक चारा देता येऊ शकतो. जर आपण दररोज १५ किलो हिरवा चारा जनावरांना देत असाल तर अशा वेळेस हिरवा चारा कमी करून त्याबरोबर पशुखाद्याचे प्रमाणही १० ते २५ टक्क्यांनी कमी करता येऊ शकते.

११

हायड्रोपोनिक चारा निर्मितीतील यशोगाथा

दुष्काळातही चारा छावणीत जनावरे न पाठवता दररोज तयार केला १२५ किलो हिरवा चारा

- श्री. अनिलकाका केशवराव निंबाळकर
(विंचुर्णी, ता. फलटण, जि.सातारा)

अनिलकाका हे कायम आपल्या स्वतः च्या शेतात सेंद्रिय पद्धतीने पिकांचे उत्पादन घेण्यास आग्रही असत. कधी कधी त्यांच्या शेताला भेट द्यावयाची वेळ यायची, त्यावेळेस त्यांनी केलेल्या नवनवीन प्रयोगांची माहिती मिळायची आणि त्यांनी केलेल्या प्रयोगांचा इतर शेतकऱ्यांना कसा उपयोग होईल यासाठी आपण काही तरी करावे, असे मला सारखे वाटायचे.

यानंतर काही दिवसांनी आम्ही अनिलकाका निंबाळकर यांच्या शेतावर प्रशिक्षण केंद्र काढले आणि खरोखर हजारोंच्या संख्येने महाराष्ट्रातून व महाराष्ट्राबाहेरच्या शेतकऱ्यांनीसुद्धा या प्रशिक्षण केंद्रावर येऊन प्रशिक्षण घेतले आहे. बऱ्याच शेतकऱ्यांनी त्यापद्धतीने कामकाज चालू करून स्वतःचा फायदा करून घेतला व ते पाहून त्यांच्या जवळपासच्या शेतकऱ्यांनी अनिलकाका निंबाळकर यांच्या विंचुर्णी येथील प्रशिक्षण केंद्रात प्रशिक्षण घेतले.

संशोधनाचा ध्यास लागल्याने प्रत्येक केलेल्या प्रयोगात त्यापुढे आणखी काही आहे का, हे पाहण्यासाठी अनिलकाका कायम सातत्य ठेवत होते. त्यामुळे एकदा प्रशिक्षण घेऊन गेलेला शेतकरी सतत अनिलकाका यांच्या संपर्कात राहून येणाऱ्या अडचणींवर उपाय शोधण्याचा प्रयत्न करत असतो. त्यामुळे

आम्ही आमचा कोणताही प्रयोग एकट्याने न करता एखाद्या प्रयोगशील शेतकऱ्याबरोबर करत असतो. या कारणांनी तो जास्त पथदर्शी होतो, हे लक्षात आल्याने बरेच प्रयोग गोविंद डेअरीच्या संशोधन क्षेत्रावर न करता अशाच शेतकऱ्यांबरोबर करण्यात आले व ते जास्त फलदायी झाले.

दूध उत्पादन खर्च कमी करण्यासाठी आम्ही सुरुवातीस मुक्तसंचार गोठ्याची संकल्पना पुढे आणली. परंतु मुक्तसंचार गोठा ही महागडी संकल्पना राबवायला शेतकरी पुढे येत नव्हते. म्हणून राजळे येथील श्री. दादा पवार यांच्याबरोबर काम करताना महागडा मुक्तसंचार गोठा अल्प खर्चात करण्याचे सोपे तंत्र विकसित करून त्याचा झपाट्याने प्रसार केला. त्याचप्रमाणे मुरघास तंत्रज्ञान, पशुआहार तंत्रज्ञान, अझोला इत्यादी अनेक हायटेक तंत्रज्ञान कमी खर्चात उपलब्ध करण्यासाठी काम केले व त्याचा चांगला प्रसारही केला.

हायड्रोपोनिक चारा युनिटची सुरुवात होण्यापूर्वी मोड आलेल्या धान्याचा माणसाच्या आहारात काय फरक पडतो, यावर आमचा अभ्यास चालू होता. गोविंद डेअरीचे तत्कालीन कार्यकारी संचालक श्री. गणपतराव धुमाळ यांच्या वाचनात 'लिव्हिंग फूड' नावाचे इंग्रजी पुस्तक आले, ज्यामध्ये मोड आलेल्या धान्यांचा आहारात नियमितपणे आपण वापर केल्यास आपणास कसे फायदे होतात, याबाबत विस्तृतपणे माहिती देण्यात आली होती.

या पुस्तकातील माहिती वाचून त्यांनी सुरुवातीस स्वत: मोड आलेले धान्य म्हणजे मोड आलेली मटकी खाण्यास सुरुवात केली तर दोन दिवसांतच त्यांचा पित्ताचा त्रास पूर्णपणे बरा झाला, भूक लागण्याचे प्रमाणही कमी झाले व त्यांना ताजेतवाने वाटू लागले. त्यांनी ही वस्तुस्थिती आम्हास सांगितली. मोड आलेली मटकी, मूग यांचा सकाळचा नाश्त्यात वापर चालू केला आणि त्यामुळे बराच फरक पडला. मग याच प्रयोगाची चर्चा अनिलकाका यांच्याबरोबर करून मोड आलेल्या धान्याचा

ग्रामीण भागात जास्तीत जास्त वापर वाढवून त्यांचे आरोग्य कसे चांगले राहील, या दृष्टीने प्रयत्न केला.

अनिलकाका हे नेहमीच प्रयोगशील असल्याने त्यांनी मोड आलेल्या धान्याचा वापर चालू केला, त्याचा त्यांना चांगला फायदा झाला. बऱ्याच मित्रांना त्यांनी याबाबत माहिती दिली व मोड आलेल्या चण्याचा आहारात वापर करण्यास सांगितले. त्यानंतर बऱ्याच लोकांचे आजार कमी झाल्याची माहिती मिळाली.

ढवळ या गावचे श्री. उत्तम शिंदे यांना तर मोड आलेल्या धान्याचा आहारात केलेल्या वापराने फारच फरक पडला. त्यांना बरेच त्रास होते. त्यांना रक्तदाब, डायबेटीस, मूळव्याध, दमा, पित्त इ. व्याधींनी ग्रासले होते. मोड आलेली मटकीचा माहिती त्यांना मिळाली व दोन महिन्यांत बराच फरक पडला. त्यांनी रक्तदाब व डायबेटीससाठीच्या काही गोळ्या बंद केल्या. शेतात काम करताना त्यांना थकवा यायचा. ते अर्ध्या तासापेक्षा जास्त वेळ काम करू शकत नव्हते परंतु आता मोड आलेल्या धान्याच्या नियमित आहारात वापराने त्यांच्या दैनिक कामकाजात फरक पडला. आता दिवसभर काम केले तरी उत्साह कायम टिकून राहत आहे.

अशी अनेक उदाहरणे आहेत. त्यातील एक महत्त्वाचे उदाहरण म्हणजे मुंजवडी या गावातील सौ. ठणके यांना गुडघेदुखीचा त्रास गेली आठ वर्षे होत होता, त्यांना स्वतःची कामे स्वत: करता येत नव्हती, साधे व्यवस्थितपणे चालताही येत नव्हते. त्या या आजारासाठी दररोज ११ प्रकारच्या गोळ्या खात होत्या. त्यांना मोड आलेल्या धान्याची माहिती मिळाल्यानंतर दोन महिन्यात त्यांनी सर्व गोळ्या बंद केल्या व आता शेतातील कामेही त्या आता करू लागल्या आहेत.

अशा प्रकारे मोड आलेल्या धान्यात असणारे महत्त्वाचे घटक हे शरीरातील कमतरता भरून काढतात व आपणास त्या कमतरतेमुळे झालेल्या आजारावर मात करता येते. आपण जर खालील तक्ता पाहिला तर आपणास साधे मूग व मोड आलेले मूग यातील अन्नघटकांचा फरक पाहता येईल. मोड आलेल्या अवस्थेत अन्नद्रव्ये शरीरास उपलब्ध होण्याचे प्रमाण फार मोठ्या प्रमाणात वाढते.

वरील सर्व उदाहरणांत आपण पाहिले की मोड आलेल्या धान्याचा मनुष्याच्या आहारात वापर फार महत्त्वाचा आहे.

अ.नं.	तपशील	प्रमाण
१	ऊर्जा (उष्मांक)	१५% कमी
२	प्रथिने	३०% जास्त
३	कॅल्शियम	३४% जास्त
४	पालाश	८०% जास्त
५	सोडियम	६९०% जास्त
६	लोह	४०% जास्त
७	स्फुरद	५६% जास्त
८	जीवनसत्त्व अ	२८५% जास्त
९	जीवनसत्त्व ब१	२०८% जास्त
१०	जीवनसत्त्व ब२	५१५% जास्त
११	जीवनसत्त्व ब३	२५६% जास्त
१२	जीवनसत्त्व क	भरपूर जास्त

आपण पशुखाद्याच्या माध्यमातून जनावरांना धान्य देत असतो. परंतु अशा धान्यातील काही भाग जर मोड आणून जनावरांच्या आहारात त्याचा समावेश केला तर मोड आलेल्या धान्यातील महत्त्वाच्या अन्नघटकांचा जनावरांच्या शरीराला नक्कीच फायदा होईल, या हेतूने जनावरांच्या आहारात मोड आलेल्या धान्याचा उपयोग करावयाचे ठरले. बऱ्याच वेळेस जनावरे माजावर वेळेवर येत नसतील तर त्यांना मोड आलेली मटकी आहारात देण्याचा सल्ला पशुवैद्यक देतात. सुरुवातीस सोयाबीन, मका, गहू इ. जास्त प्रमाणात व मटकी, मूग इ. कमी प्रमाणात मोड आणून जनावराच्या आहारात देण्यास सुरुवात केली. त्यामुळे एकंदरीत चांगला फरक जाणवू लागला. सर्व धान्यांना मोड आणणे जरा कटकटीचे वाटू लागले. म्हणून नियमितपणे मोड आणून मक्याचा तसेच इतर धान्याचाही आहारात वापर चालू केला.

साधारण ५ किलो पशुआहार एका जनावरास देत असताना त्यातील एक किलो आहार कमी करून त्याशिवाय चार किलो आहार देऊन उरलेल्या एक किलो मोड आलेल्या मक्याचा जनावराच्या आहारात समावेश केल्याने चांगला फायदा झाल्याचे लक्षात आले. विशेष म्हणजे यात आहाराचा खर्चही वाढला नाही. वरीलप्रमाणे मोड आलेल्या धान्याचा आहारात वापर केला असता पुढीलप्रमाणे फरक निदर्शनास आला.

- दूध उत्पादनात वाढ
- दुधाची गुणवत्ताही सुधारली
- दुधाच्या चवीत फरक पडून त्याची गोडी वाढली
- गायीच्या दुधाचा रंग पिवळा असायचा, तो पांढरा झाला.
- जनावराच्या गाभण राहण्याच्या प्रमाणात वाढ झाली.
- जनावराची रोगप्रतिकारशक्ती वाढली.

या सर्व गोष्टींचा अभ्यास केला तर मोड आलेले धान्य हे जनावराच्या आहारात नियमितपणे देणे फायदेशीर असते याचा प्रत्यय आला.

मोड आलेल्या धान्याचा आहारात योग्य प्रमाणात वापर केला असता पुढीलप्रमाणे फायदे होतात...

- दुधाच्या उत्पादनात वाढ
- दुधाच्या गुणवत्तेत सुधारणा
- दुधाची गोडी वाढली, चवीत फरक पडला.
- गायीच्या दुधाचा रंग पिवळा असायचा, तो पांढरा झाला.
- जनावराच्या गाभण राहण्याच्या प्रमाणात वाढ झाली
- जनावराची रोगप्रतिकारशक्ती वाढली

त्यानंतर २०१२ साली महाराष्ट्राच्या काही भागात दुष्काळ पडला होता व जनावरांना चारा उपलब्ध नव्हता. अशा प्रसंगी शासनामार्फत चारा छावण्यांमध्ये जनावरांची व्यवस्था करण्यात आली होती व शासनामार्फत चाऱ्याचा पुरवठा करण्यात येत होता. अनिलकाकांच्या शेजारच्या गावातच चारा छावणी उघडण्यात आली होती.

याच काळात मोड आलेल्या धान्याचे पुढे हायड्रोपोनिक चाऱ्यात रूपांतर केल्यास जनावरास हिरवा चारा मिळेल ही संकल्पना पुढे आली. यानंतर मग हायड्रोपोनिक चारा उत्पादनाचे प्रयोग चालू झाले. इंटरनेटवर हायड्रोपोनिक चाऱ्याची बरीच माहिती मिळाली. परंतु त्यातील हायटेक हायड्रोपोनिक चारा युनिटच्या किमती पाहिल्यावर आपणास त्या परवडतील असे वाटत नव्हते.

त्यानंतर हायड्रोपोनिक पद्धतीने चारा तयार करण्यासाठी वेगवेगळे ट्रे, वेगवेगळी जागा, वेगवेगळे वातावरण देऊन, पाण्याची वेगवेगळी पद्धत वापरून सहा महिने असे प्रयोग करून एक दिवस मुळ्यांची चांगली लादी असलेला हायड्रोपोनिक चारा तयार करण्यात यश आले. त्यानंतर एक हायटेक युनिट व्यवस्थितपणे पाहिल्यानंतर असा विश्वास निर्माण झाला की आपल्याकडे असणाऱ्या साधनसामग्रीच्या आधारे आपण चांगले हायड्रोपोनिक युनिट तयार करू शकतो.

नंतर थोड्याच दिवसांत घरगुती साधनसामग्रीच्या आधारे एका नवीन युनिटच्या निर्मितीची सुरुवात झाली. यामध्ये तापमान नियंत्रणासाठी काय वापरले आहे, जलव्यवस्थापनाच्या सोयीसाठी काय करावे, ट्रे कुठले वापरावेत, याबाबत विचार सुरू झाला. यातील लहान-मोठे तंत्रज्ञान लक्षात घेऊन ते कमी खर्चात आपल्याकडील साधनसामग्री वापरून कसे करता येईल, याचा विचार सारखा चालू असताना आपणास हे करता येईल, असा दृढ विश्वासही मनात होता. त्यामुळे कमी खर्चात युनिट तयार करण्याचे ठरवले.

यानंतर बऱ्याच प्रयत्नांनी हायड्रोपोनिक युनिट तयार झाले. सुरुवातीला अनेकदा अपयश आले. अनिलकाका आणि मी नवीन संकल्पना राबवून हायड्रोपोनिक शेड तयार केले. मका टाकण्यासाठी रेशीम उद्योगाचे जुने ट्रे वापरले. पाणी फवारण्यासाठी एक हॉर्सपॉवरची मोटर वापरली. या मोटरवरती ड्रीप करून स्पिंकलर्सद्वारे पाणी दिले. सुरुवातीला ही मोटर चालू-बंद करण्यासाठी खूप त्रास होऊ लागला. नंतर पाणी देण्यासाठी मोटरला स्वयंचलित टायमर बसवला. यानुसार २ तासांतून २ मिनिटे पाणी दिले. अशा प्रकारे हायड्रोपोनिक चारा युनिट तयार झाले.

मका टाकल्यापासून नवव्या दिवशी चारा तयार झाला. त्यानंतर वातावरणात बदल झाल्याने बुरशी वाढलेली दिसू लागली. बुरशी येणे टाळण्यासाठी हाताने सोललेल्या मक्याचा वापर केला. पाण्यामध्ये क्लोरीन वा मेडीक्लोरचा वापर केला. त्यानंतर बुरशी कमी झाल्याचे दिसून आले. त्यानंतर बुरशीचे प्रमाण कमी करण्यासाठी वर्षभर वेगवेगळे प्रयोग केले. यात बियाण्याची निवड व बीजप्रक्रिया, आर्द्रता, तापमान, पाण्याचे आवर्तन इत्यादीचे व्यवस्थित नियोजन करून बुरशीवर नियंत्रण मिळवले.

हायड्रोपोनिक चारा उत्पादनामध्ये सगळ्यात महत्त्वाची गोष्ट बियाणेही आहे. बियाणे हे तीन महिने जुने असले पाहिजे. म्हणजे त्याचे अंकुरण चांगले होते. बियाणे हाताने सोललेले असावे कारण बियाणे हाताने सोलल्याने फुटत नाही. फुटलेले बियाणे वापरल्यास चाऱ्यावरती बुरशी येऊ शकते.

बांबूचे शेड तयार करताना प्रत्येक कप्प्यामधील अंतर दीड फुटाचे ठेवले. सहजपणे काम करता यावे म्हणून जास्तीत जास्त ६ कप्प्यांपर्यंत शेड तयार केले. या शेडला सर्व बाजूने ९० x १० ची नेट वापरली. या नेटमुळे ९० टक्के सावली आणि १० टक्के ऊन शेडमध्ये मिळते. शेडच्या वरती ५०० मायक्रॉनचा पांढरा कागद वापरला. यामुळे शेडमधील वातावरणात आर्द्रता तयार झाली. यामुळे मक्याच्या मुळांची आणि पानांची वाढ चांगली झाली.

१२५ किलो चारा देणारे हायड्रोपोनिक चारा युनिटसाठी अंदाजित साधनसामग्री

- जागा : १०० चौरस फूट
- बांबूचे शेड : १० ते १५ हजार रुपये
- शेडनेट : २ हजार रु.
- टायमर : ३ हजार रु.
- ड्रीप : ३ हजार रु.
- ३ X २ आकाराचे ट्रे : ५ हजार रु.
- बियाण्याचा खर्च (प्रतिकिलो : २४ रु.)
- इतर खर्च
  (पाणी, वीज, मजुरी आणि इतर घसारा)

खर्च एकूण ३० हजार रुपये (अंदाजे)

- रोज १२५ किलो चारा उत्पादन
- १० गायींसाठी पुरेसा चारा
- एक किलो बियाण्यांपासून ८ ते ९ किलो चारा
- एका किलोसाठी सरासरी १.५० रु. खर्च

सुरुवातीला बियाणे १२ तास म्हणजे रात्रभर भिजत ठेवले. त्यानंतर हे बियाणे गोणीमध्ये बांधून ठेवले. या बियाण्याला मोड आल्यानंतर ते ट्रे मध्ये एकसारखे पसरवून घेतले. या ट्रेवरती दिवसातून ५ ते ६ वेळा स्पिंकलर्सने पाणी दिले. अशा प्रकारे 'ट्रे'चे चक्र सुरू ठेवले. या हायड्रोपोनिक चारा युनिटमध्ये १२५ किलो चारा तयार झाला. एका किलो मक्यापासून ८ ते ९ किलो चाऱ्याचे उत्पादन मिळाले.

हायड्रोपोनिक चाऱ्यामुळे पशुखाद्य व चाऱ्यावरती होणारा खर्च कमी झाला. या चाऱ्यामुळे गायीच्या दुधामध्ये वाढ झाली, गायींच्या अंगावरती चकाकी वाढली, दुधाच्या चवीमध्ये गोडसरपणा आला.

हायड्रोपोनिक तंत्रज्ञान का वापरावे?

हायड्रोपोनिक चारा भरपूर पोट भरणारा चारा नाही, कारण हा चारा कोवळा असून त्यामध्ये पाण्याचे प्रमाण जास्त आहे. यात जोपर्यंत बियाण्यामध्ये अंकुरण क्षमता आहे त्यानुसार या चाऱ्याची वाढ होत असते. हा चारा ९० टक्के पचनीय आहे. या चाऱ्याचे उत्पादन घेण्यास कमी खर्च येतो. एक एकर क्षेत्रामध्ये मका, ज्वारी, किंवा घास अशी पिके घेतल्यास १४ ते १८ टन चारा मिळतो. त्यास पाणी, मेहनत, खत, कालावधी, क्षेत्राची गुंतवणूक याचा विचार केल्यास हायड्रोपोनिक चाऱ्याचे उत्पादन घेण्यास प्रत्येक किलोमागे ३ ते ४ रुपये एवढा खर्च येतो.

हायड्रोपोनिक चारा युनिट तयार करण्यासाठी १०० चौरस फूट जागा, १० ते १५ हजार रुपयांचे बांबूचे शेड, २ हजार रु. ची शेडनेट, ३ हजार रु.चा टायमर, ड्रीपचा खर्च ३ हजार रुपये, ३ **X** २ आकाराचे ट्रे असा सर्व मिळून एकूण २५ ते ३० हजार रुपये खर्च आला. यामधून सुरुवातीला रोज १२५ किलो चारा मिळाला. हा चारा १० गायींसाठी पुरेसा झाला. यामध्ये एक किलो बियाण्यांपासून ८ ते ९ किलो चारा मिळाला. एका ट्रे साठी २ किलो बियाणे २४ रुपये, पाणी, वीज, मजुरी आणि इतर घसारा पकडता ६ रुपये असा सर्व मिळून ३० रुपये खर्च आला. अशा प्रकारे एका किलोसाठी सरासरी १.५० रु. खर्च आला. रोज हायड्रोपोनिक चारा युनिटमधून १२५ किलो चारा तयार करण्यास १९० रुपये खर्च आला. महिन्याला सरासरी ४ टन चाऱ्याचे उत्पादन मिळाले. यासाठी ६,००० हजार रुपये खर्च आला. यानुसार वर्षामध्ये ४८ टन चाऱ्याचे उत्पादन मिळाले.

●

एक गुंठाभरही जमीन नसताना हायड्रोपोनिक चारा व कडबा यांचा वापर

- सुरेश भोसले,
(सासवड (झणझणे), ता. फलटण, जि.सातारा)

सासवड (झणझणे) फलटण तालुक्याच्या पश्चिमेला असलेल्या गावात भोसले राहतात. गावातील बराचसा भाग हा दुष्काळी आहे त्यामुळे पूर्ण शेतीवर अवलंबून न राहता या गावात दुग्धोत्पादनाचा व्यवसाय चांगल्याप्रकारे केला जातो. बारावीपर्यंत शिक्षण पूर्ण केल्यानंतर वडिलोपार्जित दोन गायींमध्ये दुग्धोत्पादनाचा व्यवसाय त्यांनी चालू केला, परंतु पारंपरिक पद्धतीच्या कामकाजाने या धंद्यात लक्ष लागत नव्हते. म्हणून पुण्यास एका कंपनीत नोकरी केली. नोकरी करत असताना दुग्धव्यवसायाबाबत बरीच माहिती घेतली. नंतर असे लक्षात आले की व्यावसायिक दृष्टिकोनातून हा दूध उत्पादनाचा व्यवसाय केल्यास तो नक्कीच फायदेशीर होईल. मनात असा विचार घेऊन त्यांनी पुन्हा दुग्धोत्पादनाचा व्यवसाय चालू केला. हळूहळू दोन गायींपासून जनावरांची संख्या वाढवण्यास सुरुवात केली.

गोविंद डेअरीच्या संपर्कात आल्याने कमी खर्चात जनावरांसाठी मुक्तसंचार गोठा तयार

भोसले यांच्या युनिटला भेट देताना सातारा जिल्हाधिकारी

केला. त्याचाही व्यवसायात चांगला फायदा झाला. दुष्काळात हिरव्या चाऱ्याचे नियोजन कसे करावे, व पशुखाद्याचा खर्च कमी कसा करावा, यासाठी गोविंद डेअरीमार्फत गावात घेण्यात आलेल्या चर्चासत्रातून फार चांगली माहिती मिळाली. त्या विचाराने आपण हायड्रोपोनिक चारा उत्पादन चांगल्या पद्धतीने घेऊ शकतो, असा विश्वास निर्माण झाल्याने पक्का निश्चय केला. जवळ काहीच भांडवल नसताना हायड्रोपोनिक पद्धतीने चारा उत्पादन घ्यायचेच असे ठरवले.

हायड्रोपोनिक पद्धतीने चारा तयार करायचा होता; परंतु जवळ काहीच भांडवल नव्हते. जिद्द मात्र होती. या जिद्दीच्या जोरावर व गोविंद डेअरीच्या तज्ज्ञांच्या मार्गदर्शनाच्या आधारे मी आवश्यक साहित्य संकलित करण्यास सुरुवात केली. सुरुवातीला ४० ते ४५ बांबू विकत आणणे आवश्यक होते. परंतु आर्थिक अडचणीमुळे याला पर्याय म्हणून आवश्यक तेथे फक्त बांबू वापरायचा व इतर ठिकाणी गावात ओढ्याकाठी उपलब्ध असणाऱ्या बाभळीच्या लाकडाचा वापर करावयाचे ठरवले. त्यामुळे निम्मे बांबू विकत आणावयाचा खर्च कमी करण्यास यशस्वी झालो.अशा पद्धतीने स्वत: व घरातील सदस्यांच्या मदतीने ३ बाय २ फूट आकाराचे ६४ ट्रे बसतील असा लाकडी आराखडा तयार केला.

आराखडा तयार करताना सर्वांत महत्त्वाची अडचण म्हणजे ट्रेसाठी आवश्यक असणारा उतार एकसारखा ठेवणे ही होती. कारण खर्च कमी करण्यासाठी सरळ बांबू शिवाय बाभळीच्या लाकडांचा वापर केला होता व बाभळीची लाकडे वाकडी असतात त्यामुळे ट्रेंची ठेवण वर खाली होण्याची शक्यता अधिक होती. परंतु ही अडचण मी माझ्या कौशल्याने दूर केली. आराखडा तयार झाला तसा एक लाकडी दरवाजाही केला.

या हायड्रोपोनिक चारा युनिटसाठी सर्वसाधारणपणे ६४ ट्रे लागणार होते. यामध्ये एकावर एक असे चार कप्पे तयार केले व प्रत्येक कप्प्यात ८ ट्रे बसतील अशी व्यवस्था केली होती. अशा प्रकारे एका बाजूस ८ ट्रे बसतील असे चार कप्पे केले. ३२ ट्रे बसतील व मध्ये सर्वसाधारणपणे ४ फूट जागा सोडून दुसऱ्या बाजूसही वरीलप्रमाणे ३२ ट्रे बसण्यासाठी ८ ट्रेच्या ओळीचे एकावर एक असे चार कप्पे तयार केले.

अशा प्रकारे ६४ ट्रेचा हायड्रोपोनिक चारा उत्पादन युनिटचा आराखडा तयार झाला. आता हा आराखडा झाकण्यासाठी एकूण २२ ते २५ मीटर शेडनेट (जाळी) आवश्यक होते. तर याबाबत काही प्रमाणात शेडनेट उपलब्ध करून आराखडा झाकून घेतला. परंतु काही भागासाठी शेडनेट कमी पडत असल्यामुळे समस्या निर्माण झाली, परंतु अशा अडचणीत न डगमगता गोविंद डेअरीच्या तज्ज्ञांशी चर्चा करून त्यांच्याकडे असलेल्या बारदानाचा वापर हायड्रोपोनिक चारा युनिटसाठी करावयाचे ठरवले. दरवाजासाठी व इतर काही भागात बारदानाचा यशस्वी वापर करण्यात आला.

यावरून असे लक्षात येते की आपणास पैशाची अडचण असली परंतु आपली इच्छाशक्ती जर प्रबळ असली तर आपण आपणाकडे असणाऱ्या बऱ्याच साधनसामग्रीचा चांगला वापर करू शकतो. अशा प्रकारे छान हायड्रोपोनिक चारा उत्पादन युनिट तयार झाले.

अशा प्रकारच्या हायड्रोपोनिक चारा उत्पादनसाठी कमी खर्चात ट्रे उपलब्ध करणे हा विषय महत्त्वाचा होता. एक रेशीम उद्योगाचे युनिट बंद अवस्थेत होते, त्यातील

ट्रे हायड्रोपोनिक चारा उत्पादनास वापरावयाचे ठरवले. ट्रे चांगले दिसत असले तरी त्यांचा पृष्ठभाग जाळीदार असल्याने त्यातून चाऱ्याची मुळे खाली जाण्याची शक्यता होती. तसेच पाण्याचेही व्यवस्थितपणे नियोजन या ट्रे मध्ये होईल असे वाटत नव्हते. त्यामुळे त्यात प्लास्टिक कागद वापरून त्याच्या दोन्ही बाजूस पाण्याचा निचरा होण्यासाठी छिद्रे ठेवली. जलव्यवस्थापनासाठी आराखडा तयार करण्याचे नियोजन फारच खर्चीक वाटत होते. त्यावर उपाय म्हणून पाठीवरील पंपानेच पाणी देण्याचे नियोजन केले.

सुरुवातीस हायड्रोपोनिक चाऱ्यासाठी आवश्यक असणारे मक्याचे बियाणे शेजारील शेतकऱ्याकडून विकत आणले व ते पाण्यात १२ तास भिजत ठेवून बारदानामध्ये २४ तास बांधून ठेवले. त्यानंतर हे बियाणे ट्रे मध्ये टाकले. असे अंकुरित झालेल्या बियाण्याचे वजन दोन ते अडीच पटीने वाढलेले दिसले. अशाप्रकारे ट्रे मध्ये हायड्रोपोनिक चाऱ्याची वाढ पाहून त्यास पाणीपुरवठा करण्याचे वरील पद्धतीने नियोजन केले. यानंतर ७ ते ८ दिवसांत एका ट्रेमधून साधारणपणे १५ ते १६ किलो चारा मिळण्यास सुरुवात झाली. ५ गायींसाठी ते दररोज ५० ते ६० किलो चारा देत होतो. गायी हा चारा आवडीने चारा खात असत. याचा फायदा म्हणजे प्रत्येक गायीच्या दूध उत्पादनात साधारणपणे १ लिटर वाढ झाल्याचे निदर्शनास आले.

चारा उत्पादनाने आता चांगला मदतीचा हात दिल्याने त्यांच्या दुध व्यवसायाची नफ्याची बाजू वाढू लागली. हळूहळू त्यांनी गायी

वाढवण्यासाठी सुरुवात केली. दोन ते तीन वर्षांत १५ गायींचा गोठा झाला. सुका चारा ते एकदम विकत घेत होते व त्याबरोबर ओला चाराही विकत घ्यावा लागत असे, तसेच असा चारा मिळण्यात सातत्य नसे. म्हणून हायड्रोपोनिक चारा उत्पादनाचा विस्तार करण्याचे त्यांनी ठरविले. आता आर्थिक परिस्थिती सुधारल्याने त्यांनी बांबू, शेडनेट, अद्ययावत जलव्यवस्थापन ही सगळी यंत्रणा वापरून २५० किलो प्रतिदिन हायड्रोपोनिक चारा उत्पादनाचे युनिट तयार केले. प्रति जनावर १०-२० किलो याप्रमाणे हा चारा वापरता.

हायड्रोपोनिक पद्धतीने चारा उत्पादन करत असताना फायदा तर झालाच परंतु चारा उत्पादनातल्या अडचणींनाही सामोरे जावे लागले. चाऱ्याला पाण्याचा पुरवठा कमी पडल्यास बुरशीचा प्रादुर्भाव कधीकधी जाणवत असे. यावर मात करण्यासाठी नेटसर्फ कंपनीचे सेंद्रिय स्टीमरीच वापराचा फायदा झाला. अशाप्रकारे चारा उत्पादनासाठी माझ्याकडे जमीन नसतानाही आज मी प्रतिदिन सरासरी १३० लिटर दूध उत्पादन करत आहे. अडचणींवर मात करून अयोग्य परिस्थितीत सुद्धा दुग्धोत्पादनाचा व्यवसाय कसा करता येतो, हे याचे प्रेरणादायी उदाहरण आहे.

●

दररोज १५० किलो हायड्रोपोनिक चारा तयार करून ५०% हिरव्या चाऱ्याला पर्याय

- श्री. हिरालाल सस्ते
(निंबळक, ता.फलटण, जि.सातारा)

श्री. हिरालाल सस्ते यांनी दररोज १५० किलो हायड्रोपोनिक चारा निर्मिती करणारे स्वयंचलित युनिट तयार केले असून ते गेली अडीच वर्ष १२५ ते १५० किलो प्रतिदिन चारा या यंत्रात तयार करून देत आहेत.

हिरालाल सस्ते यांचे वडील हे परंपरागत शेतीला जोडव्यवसाय म्हणून दुग्धोत्पादनाचा व्यवसाय करत होते. हिरालाल सस्ते यांचे १२वी पर्यंत शिक्षण झाले. पुढे नोकरी करण्यापेक्षा वडिलांना या व्यवसायात मदत करावयाचे ठरवले. नियमित दुग्धव्यवसाय हा जास्त अडचणींचा व त्यातून फार काही उत्पन्न मिळत नसल्याने काहीतरी नवीन करायच्या शोधात ते होते. पुढे ते गोविंद डेअरीच्या संपर्कात आले. त्यांनी कमी खर्चाच्या आधुनिक तंत्रज्ञानाचा अवलंब करण्यास सुरुवात केली.

सुरुवातीस त्यांनी मुक्तसंचार गोठा पद्धतीचा अवलंब केला. त्यामध्ये बरेच फायदे दिसून आल्याने त्यांना यामध्ये आवड निर्माण झाली. तसेच यामधून निर्माण होणाऱ्या खतातून त्यांचे शेतीचे उत्पन्न वाढले. त्यांच्या चौथ्या कापणीचे ऊस उत्पादन प्रति एकर ८९ टन

निघाले जे एकरी ५०-६० टन निघत होते.

श्री. अनिलकाका निंबाळकर यांचे हायड्रोपोनिक युनिट पासून प्रेरणा घेऊन श्री. सस्ते यांनी, घरगुती साधनसामग्रीचा वापर करून, अगदी कमी खर्चात १५० किलो प्रतिदिन उत्पन्नाच्या हायड्रोपोनिक चारा यंत्र तयार केले. त्यांनी बांबूचे १० x १२ फूट लांबीचे शेड तयार करून ९०% शेडनेटने झाकून घेतले. त्यात ४ रॅक करून एक बाजूस ३२ व दुसऱ्या बाजूस ३२ अशा ६४ 'ट्रे'चा आराखडा तयार केला तसेच प्रत्येक व पाण्यासाठी १ एचपी ची मोटर, ६४ स्प्रिन्कलर्स व टायमरच्या साहाय्याने जलसिंचनाची व्यवस्था केली. दिवसासाठी दर तीन तासांनी पाच मिनिटे पाणी द्यावयाची व्यवस्था केली. जुन्या रेशीम उद्योगाच्या ट्रेंचा वापर केला. त्यामध्ये जाळी असल्याने बियाणे पडू नये म्हणून प्लास्टिकच्या कागदाचा वापर केला. प्लास्टिक कागदाला पाण्याचा निचरा होण्यासाठी ठिकठिकाणी छिद्रे ठेवली होती.

मका बियाणे कोमट पाण्यात १२ तास भिजत ठेवून नंतर पशुखाद्याच्या बारदानामध्ये १२ तास बांधून ठेवले. या मक्याला मटकीप्रमाणे छोटेछोटे मोड येतात. हे मोड आलेले मका धान्य त्यानंतर ३ बाय २ फुटाच्या एका ट्रे मध्ये २ ते २.५ किलो (भिजवण्यापूर्वीचे वजन) याप्रमाणात एकसारखी पसरली जाते, म्हणजे एका स्क्वेअर फुटास ३०० ते ३५० ग्रॅम असे प्रमाण योग्य असते. यामध्ये त्यांनी टायमरचा वापर करून तीन तासांनी ५ मिनिटे अशी पाण्याची व्यवस्था केली होती. या यंत्रात त्यांना दररोज २०० ते २५० लि. पाणी लागते. त्यानंतर ८ व्या दिवशी एक किलो मक्यापासून साधारणपणे ८ ते ९ किलो हिरवा चारा तयार होतो.

एक किलो मक्यासाठी साधारणपणे १३ रु. खर्च येतो. पाणी, मजुरी व घट असा सर्व खर्च मिळून त्यांना सदर एक किलो चारा तयार करण्यासाठी रु. १.८० ते २.०० इतका खर्च येतो. मका त्यांच्याच शेतात तयार होतो. मजुरीसाठी घरातील काही सदस्यही कामे करतात. अशामुळे त्यांचा उत्पादन खर्च कमी असतो.

ते दररोज एका गायीस १०-१५ किलो हायड्रोपोनिक चारा देतात तर त्यामुळे निम्म्या हिरव्या चाऱ्याचे नियोजन हे त्यांच्या या हायड्रोपोनिक चारा यंत्रातून झाले. त्यांनी आपल्या १० जनावरांसाठी २ एकर क्षेत्र हे हिरव्या चाऱ्यासाठी राखून ठेवले होते परंतु आता त्यांच्या १० x १२ फूट जागेमधून दररोज १५० किलो चारा उपलब्ध झाल्याने त्यांनी एकच एकर क्षेत्र चाऱ्यासाठी ठेवले. उरलेल्या एक एकर जमिनीत त्यांनी ऊस उत्पन्न घेण्यास प्रारंभ केला. त्यामुळे कमी जमीन असणाऱ्या शेतकऱ्यांसाठी हायड्रोपोनिक चारा यंत्र एक वरदानच आहे, याचा प्रत्यय येतो.

हायड्रोपोनिक चारा हा पौष्टिक असल्याने पचनीय तर आहेच, पण त्यातील एन्झाईम्स व इतर उपयुक्त घटकामुळे इतर चाऱ्याचेही चांगले पचन होते, शरीर अल्कलाईन ठेवण्यास मदत होते. सर्वात महत्त्वाचे म्हणजे चारा दररोज शेतातून कापून आणावयाचा, त्याची वाहतूक करावयाची, व त्याची कुट्टी करावयाची यासाठी जे काम करावयास लागत होते ते फार कमी झाले. हायड्रोपोनिक चारा यंत्रात फक्त ट्रे उचलून जनावरापुढे ठेवायचे आहे. यामुळे कामात फार बचत होऊन काम सोपे झाले.

तसेच चारा फक्त आठच दिवसांत उपलब्ध होत असल्याने चाऱ्याचे दुर्भिक्ष जाणवू लागले की लगेच चाऱ्याचे नियोजन करणे यात सोपे झाले आहे. कधी कधी शेतातील

चाऱ्यासाठी पाणी उपलब्ध होत नसे. त्यासाठी ही पद्धत फायदेशीर झाली. त्यांच्या दुधाचे १० ते १५% उत्पन्न वाढले तसेच जनावरांच्या त्वचेवर चकाकी आली व त्यांच्या चेहऱ्यावर तेज आले. विशेष म्हणजे दुधाची चव गोड झाली.

हायड्रोपोनिक चाऱ्याच्या वापराने शेतातील चाऱ्याची मागणीही कमी झाली. जनावरे गाभण राहण्याचे प्रमाण वाढले आहे. अशा प्रकारे फायदा झाल्याने त्यांनी आता जनावरांची संख्या वाढवली आहे. या दोन वर्षांत या हायड्रोपोनिक चारा यंत्र पाहण्यास सुमारे १०,०००पेक्षा जास्त व्यक्तींनी भेट दिली आहे. यात देश व परदेशातील शेतकरी, पशुवैद्यक तज्ज्ञ व शास्त्रज्ञ अशा व्यक्तींचा समावेश होता.

●

१०० गायींच्या गोठ्यासाठी दररोज १ टन हायड्रोपोनिक चारा उत्पादन

- श्री.अनिल वसंतराव पोंदकुले
(शिरवली, ता. फलटण, जि. सातारा)

श्री. पोंदकुले यांच्याकडे सध्या ११० गायी असून त्यांनी हायड्रोपोनिक चारा युनिट तयार केले आहे. त्यातून ते प्रतिदिन एक हजार किलो चारा उत्पादन घेतात. या युनिटसाठी त्यांनी पत्रा वापरला आहे, तसेच लोखंडी शेड बनवले आहे. हायड्रोपोनिक चारा यंत्रामुळे पशुखाद्य व हिरवा चारा यांमध्ये मोठ्या प्रमाणावर बचत झाल्याचे त्यांना दिसून आले आहे. दूध उत्पादनात १० टक्के वाढ झाल्याचे आढळले आहे. या आधुनिक चारा युनिटला त्यांना सुमारे ५ लाख रुपये खर्च आला. यामध्ये मोटर, टायमर बसवून त्याला ऑटो सेन्सर बसवण्यात आला असून त्याद्वारे पाण्याचे नियोजन करण्यात आले. हे सर्व युनिट एका व्यक्तीद्वारे चालवले जाते.

या हायड्रोपोनिक चारा यंत्रामध्ये सर्वसाधारपणे ३ किलो मक्यापासून २० ते २४ किलो चारा तयार होतो. यासाठी प्रतिदिन १२०० लिटर पाणी लागते. हे पाणी दिवसातून ६ ते ८ वेळेस फवारले जाते. जास्त झालेले पाणी एका टाकीमध्ये जमा करून त्याच पाण्याचा पुन्हा शेतीसाठी पुनर्वापर केला जातो. यामुळे जास्तीच्या पाण्याचा अनावश्यक खर्च टाळता येतो. सर्व ट्रे चा आकार ३ फूट बाय २ फूट आहे आणि सर्व ट्रे ॲल्युमिनियमचे आहेत. ट्रेमधून पाणी बाहेर काढण्यासाठी ट्रेला खाचा पाडण्यात आल्या आहेत.

•

११

अभ्यागतांचे मनोगत

डॉ. विजय भटकर यांनी हायड्रोपोनिक युनिटला भेट देऊन त्याची माहिती करून घेतली

''हिरालाल सस्ते यांनी गोविंद डेअरीच्या मार्गदर्शनाखाली केलेले कमी खर्चाचे हायड्रोपोनिक चारा उत्पादन युनिट पाहिले व त्यांच्या गोशाळेतील मुक्तसंचार गोठा, मुरघास, सेंद्रिय खतनिर्मिती, संतुलित पशु आहारनिर्मिती या सर्व गोष्टी पहिल्यानंतर कमी खर्चातील हे तंत्रज्ञान अप्रतिम वाटले. कमी खर्चात घरगुती साधनसामग्रीचा योग्य वापर करून उच्च तंत्रज्ञान सोप्या पद्धतीत करून त्यातून चांगल्या गुणवत्तेचे चारा उत्पादनही घेतले जाते, ही कौतुकास्पद बाब आहे. या तंत्रज्ञानाच्या पुढील वाटचालीस शुभेच्छा!!! ''

- जागतिक कीर्तीचे शास्त्रज्ञ **डॉ. विजय भटकर**, पुणे

डॉ. विनथ्रोप हारेवूड यांची हायड्रोपोनिक युनिटला भेट

इंटरनेटवर कमी खर्चातील हायड्रोपोनिक चारा उत्पादन युनिट केल्याचे पाहिले आणि ते पाहण्याची उत्सुकता वाढली. गोविंद डेअरीत संपर्क करून अनिलकाका निंबाळकर यांची गोशाळा पाहण्यासाठी आलो. याठिकाणी कमी खर्चातील हायड्रोपोनिक चारा उत्पादन युनिट तयार केलेले पाहिले व फार आश्चर्य वाटले कि घरगुती साधनसामग्रीचा वापर करून कमी खर्चात हे अत्याधुनिक तंत्रज्ञान सोपे केले. मी गेली ३० वर्षे वेस्ट इंडीज विद्यापीठाच्या पशुवैद्यकीय महाविद्यालयात अध्यापनाचे काम करत आहे. परंतु आजपर्यंत मी असे सोपे तंत्रज्ञान पाहिले नाही. मी विद्यार्थ्यांना शिकवत असतो; परंतु आजही शेतकरी शिक्षक व मी विद्यार्थी असल्याचे मला वाटते. मी गोविंद डेअरीच्या कायम संपर्कात असून वेस्ट इंडीजमध्ये चार-पाच शेतकऱ्यांकडे अशी युनिट तयार केली आहेत.

- प्रा. डॉ. विनथ्रोप हारेवूड

वरिष्ठ व्याख्याता (सिनियर लेक्चरर),

स्कूल ऑफ व्हेटर्नरी मेडिसिन, वेस्ट इंडीज विद्यापीठ.

ग्लोबल ॲनिमल न्यूट्रिशन कॉन्फरन्स (२०१४) मध्ये आमच्या कामाला मिळालेले प्रशस्तिपत्रक

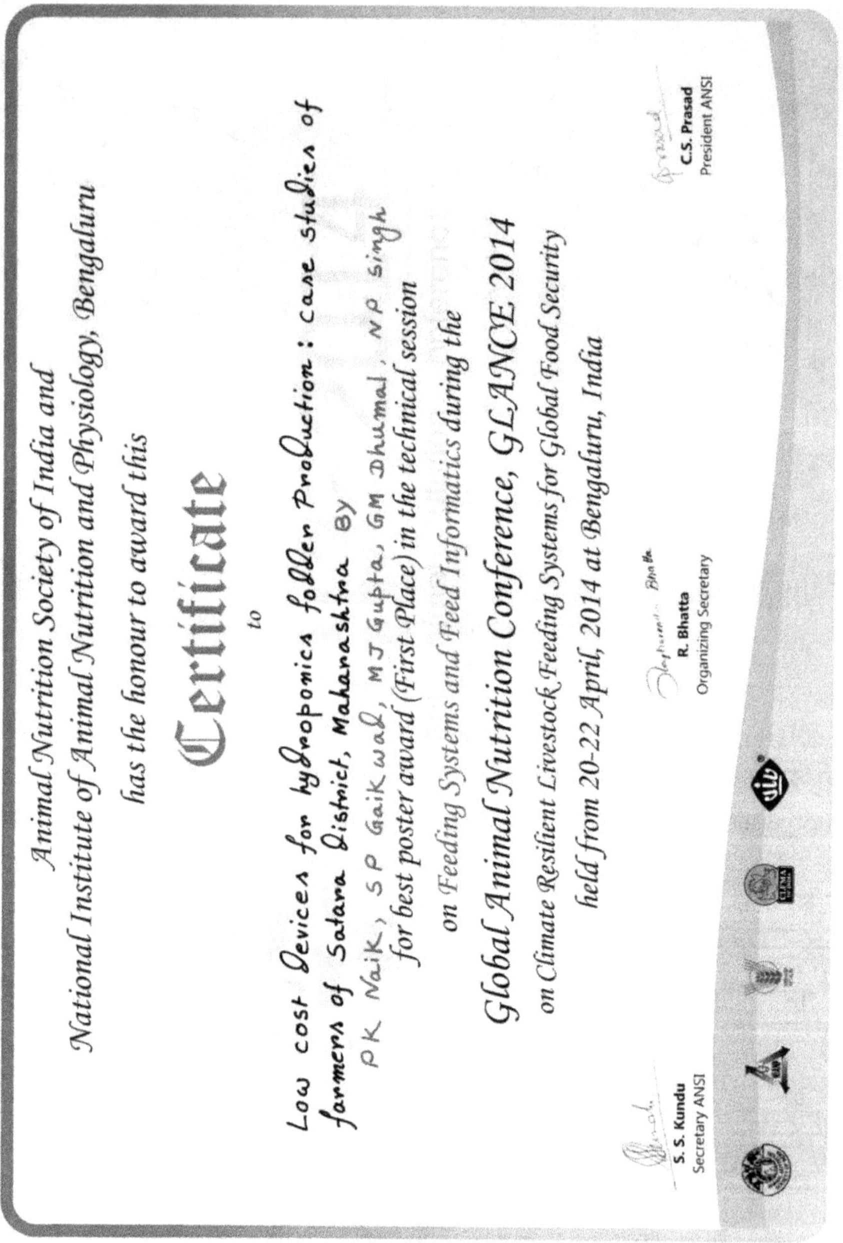
Animal Nutrition Society of India and
National Institute of Animal Nutrition and Physiology, Bengaluru
has the honour to award this
Certificate
to
Low cost Devices for hydroponics fodder Production : case studies of farmers of Satara District, Maharashtra BY
PK Naik, SP Gaikwad, MJ Gupta, GM Dhumal, NP Singh
for best poster award (First Place) in the technical session
on Feeding Systems and Feed Informatics during the
Global Animal Nutrition Conference, GLANCE 2014
on Climate Resilient Livestock Feeding Systems for Global Food Security
held from 20-22 April, 2014 at Bengaluru, India

S. S. Kundu
Secretary ANSI

R. Bhatta
Organizing Secretary

C.S. Prasad
President ANSI

अत्याधुनिक (हायटेक) युनिट

मध्यम खर्चाचे हायड्रोपोनिक चारा युनिट

कमी खर्चाचे हायड्रोपोनिक चारा युनिट

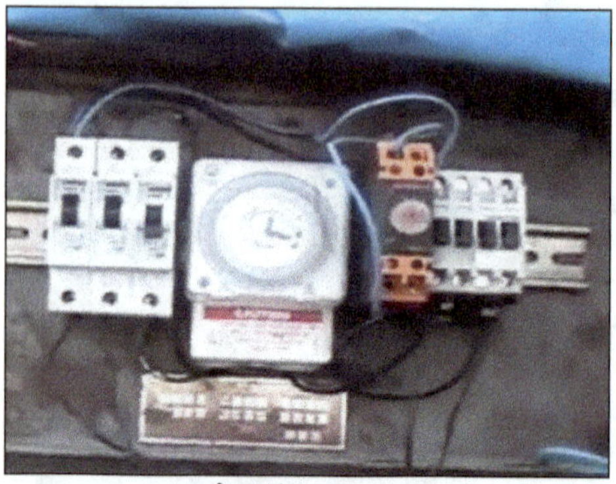

इलेक्ट्रॉनिक टायमर

स्प्रिंकलर

फिल्टर

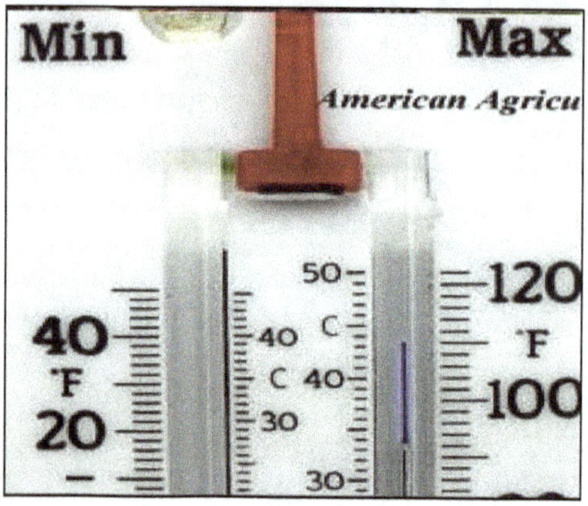

तापमान दर्शक

विद्युत पंप

पाण्याच्या पुनर्वापरासाठी नियोजन

३ बाय २ फुटाचा सपाट ट्रे

३ बाय २ फुटाचा उभ्या ओळीचा ट्रे

३ बाय २ फुटाचा आडव्या ओळीचा ट्रे

ट्रे मधील ओळी व निचरा
होण्यासाठी छिद्र

कमी खर्चाचा लहान गोविंद ट्रे

धान्य पाण्यात भिजवणे

अंकुरण्यासाठी बारदानात बांधून ठेवणे

मोड आलेले धान्य

पहिल्या दिवसाची वाढ

दुसऱ्या दिवसाची वाढ

तिसऱ्या दिवसाची वाढ

चौथ्या दिवसाची वाढ

पाचव्या दिवसाची वाढ

सहाव्या दिवसाची वाढ

सातव्या दिवसाची वाढ

आठव्या दिवसाची वाढ

सुरुवातीस घरात हायड्रोपोनिक चारा उत्पादनाचे प्रयोग करत असताना श्री. निंबाळकर

पहिल्या हायड्रोपोनिक चारा युनिटचा तयार झालेला आराखडा

पहिली हायड्रोपोनिक चारा उत्पादनांच्या मुळ्याची पांढरीशुभ्र लादी तयार झाल्यानंतर
असा चारा उत्पादन घेण्याचे मनोबल वाढले.

विंचुर्णी येथील हायड्रोपोनिक चारा उत्पादन युनिटमध्ये पूर्ण क्षमतेने वाढलेला चारा.

जनावरांना खाऊ घालताना अशा प्रकारे बारीक तुकडे करून द्यावे.

हायड्रोपोनिक चारा जनावरांना खायला देतांना लादीचे तुकडे करावेत.

डॉ. शांताराम पांडुरंग गायकवाड

बी.व्ही.एस.सी. अॅण्ड ए.एच.

- १९९४ मध्ये क्रांतिसिंह नाना पाटील पशुवैद्यकीय महाविद्यालय, शिरवळ येथून पशुवैद्यकीय पदवी
- मयूर सहकारी दूध संघ, कोल्हापूर या कोल्हापूर व बेळगाव कार्यक्षेत्र असणाऱ्या या दूध संघातून त्याच्या कामकाजास सुरुवात; मोफत पशुवैद्यकीय सेवा, कमी खर्चाचे कृत्रिम रेतन योजना, पशुखाद्य उत्पादन व दूध संकलन या क्षेत्रात प्रभावी काम
- दोन वर्षे पुणे जिल्हा दूध संघात त्यांनी विस्तार सेवेचे कामकाज; स्वच्छ दूध उत्पादन प्रकल्प तयार करून अंमलबजावणी करण्यात महत्त्वाचे योगदान
- गेल्या ९ वर्षांपासून गोविंद मिल्क अॅण्ड मिल्क प्रॉडक्ट या डेअरीत काम
- कमी खर्चाचा मुक्तसंचार गोठा ही संकल्पना फार प्रभावीपणे राबवली. वसंतराव नाईक कृषी व संशोधन फाउंडेशन मुंबई या संस्थेने या कामकाजाची दखल घेऊन २०१० साली गोविंद दूध डेअरीस 'वसंतराव नाईक पशुसंवर्धन व दुग्धव्यवसाय विकास-२०१०' हा पुरस्कार दिला
- कमी खर्चात व किफायतशीर मुरघास, आहार संतुलन, अझोला उत्पादन, मिनरल मिक्सर निर्मिती, बायपास फेट निर्मिती, वासरे संगोपनासाठी मिल्क रिप्लेसर व काल्फ स्टार्टर, मोड आलेल्या धान्याचा आहारात प्रभावी वापर, कमी खर्चाचे हायड्रोपोनिक चारा उत्पादन, यशस्वी दूध उत्पादक संचलित प्रशिक्षण व संशोधन केंद्र इत्यादी प्रकल्प प्रभावीपणे राबवले
- क्रांतिसिंह नाना पाटील पशुवैद्यकीय अॅल्युमिनाय संघटना यांच्याकडून उत्कृष्ट विस्तार विषयक कामकाजासाठी देण्यात येणारा 'बेस्ट एक्सटेंशन व्हेटेनरीयन - २०१३' हा पुरस्कार
- कमी खर्चात केलेल्या हायड्रोपोनिक तंत्र प्रयोगांच्या प्रसारासाठी महाराष्ट्रात व महाराष्ट्राबाहेरही दूध उत्पादकांसाठी व्याख्याने
- सकाळ प्रकाशनाकडून *कमी खर्चाचा व जास्त फायद्याचा मुक्त संचार गोठा : एक अभिनव प्रयोग* हे पुस्तक प्रकाशित.

www.ingramcontent.com/pod-product-compliance
Lightning Source LLC
LaVergne TN
LVHW062119171026
850499LV00045B/1971

* 9 7 8 9 3 8 4 3 1 6 8 6 0 *